உலக மதங்கள்

குன்றில்குமார்

சங்கர் பதிப்பகம்

15/21, டீச்சர்ஸ் கில்டு காலனி,

2வது தெரு, இராஜாஜி நகர் விரிவு,

வில்லிவாக்கம், சென்னை - 600 049

தொலைபேசி : 2650 2086

உலக மதங்கள் / Ulaga Madhangal

குன்றில்குமார் / Kundril Kumar

பதிப்பு : 2022

விலை : *210/--*

மொத்த பக்கங்கள் : 208

வெளியிட்டோர் : சங்கர் பதிப்பகம்,
15/21, டீச்சர்ஸ் கில்டு காலனி,
2வது தெரு, இராஜாஜி நகர் விரிவு
வில்லிவாக்கம்,
சென்னை-600 049
தொலைபேசி : 2650 2086

ஒளி அச்சு : பாலா கிராஃபிக்ஸ்

முன் அட்டை : N. ரமேஷ்

அச்சிட்டோர் : எம்.கே.கிராபிக்ஸ்,
சென்னை - 600 021

என்னுரை

மக்களை நல்வழிப்படுத்துவதற்காகத் தோன்றியதே மதம் என்பதே உண்மை.

இறையுணர்வை வளர்க்கப் பாடுபடுகின்றன.

அன்பை விதைக்க ஆர்வம் காட்டுகின்றன.

ஒழுக்க வழியில் செல்ல வலியுறுத்துகின்றன.

கட்டுப்பாடுகளின் மூலம் மனிதனை நெறிப்படுத்த முயல்கின்றன.

அச்ச உணர்வை அடியோடு அழிக்க உதவுகின்றன.

மனிதநேயத்தை வளமாக்குகின்றன.

இப்படி மதங்களின் தன்மையை விவரித்துக் கொண்டே செல்ல முடியும்.

ஆயிரம் ஆயிரம் ஆண்டுகளாகத் தோன்றிக் கொண்டே இருக்கும் ஒவ்வொரு மதங்களும் இதனையே வலியுறுத்தி வந்தாலும், மனிதர்கள் அவற்றைப் பின்பற்றத் தவறிக்கொண்டே இருக்கிறார்கள் என்பது வேதனை தரும் உண்மை.

ஆயினும் மதங்களின் பெயரால் தங்களை 'மதம்' பிடித்தவர்களாக மாற்றி சண்டையிட்டு வருகிறார்கள்.

நல்ல போதனைகளை மட்டுமே உலக மதங்கள் அனைத்தும் பறைசாற்றி வருகின்றன என்னும் உண்மையை இந்நூலை முழுவதுமாகப் படித்துப் பார்த்தால் தெரிந்து கொள்ளலாம்.

குன்றில்குமார்

பதிப்புரை

கி.மு. முதல் கி.பி. வரை நிறைய மதங்கள் தோன்றி உள்ளன. இந்தியாவில் மட்டுமல்லாமல் உலகம் முழுவதும் தோன்றிய மதங்கள் அனைத்துமே மனிதனுக்கு அப்பாற்பட்ட சக்தி ஒன்றிருப்பதை நம்புகின்றன. அந்த அற்புத சக்திக்கு ஒவ்வொரு மதமும் ஒவ்வொரு விதமான பெயர்களைச் சூட்டி அழகு பார்க்கின்றன.

குறிப்பாக கிறிஸ்து மற்றும் அவரது பிறப்பிற்குப் பின்னர் தோன்றிய மதங்கள் இறைத் தூதர்களை அடிப்படையாகக் கொண்டு தோன்றியனவாக அமைந்துள்ளன.

மதங்கள் அனைத்துமே ஒற்றுமை, அமைதி, அன்பு ஆகியவற்றிற்கு அதிக முன்னுரிமை அளித்துள்ளன என்பதையும் நாம் புரிந்து கொள்ளலாம்.

அதேபோல தனது மதத்தையும், தனது அறிவுரையையும் மக்கள் மத்தியில் பரவச் செய்வதில் அதிக ஆர்வம் காட்டுகின்றன.

அதேநேரத்தில் பிற மதங்களைத் தூற்றவோ, எதிர்க்கவோ இல்லை.

உலகத்தில் உள்ள முக்கிய மதங்கள் எவை? அவை அறிவுறுத்தும் கொள்கைகள் என்ன என்பதை அறிய உதவும் நூலாக இது விளங்குகிறது. படித்துப் பயன் பெறுக.

பதிப்பாளர்

உள்ளே...

1

மதங்கள்

மதம் எப்படித் தோன்றியது? அதன் தொடர்ச்சியாக மதங்கள் பல எப்படி முளைத்தன? இவற்றின் மீது மக்கள் எதனால் ஆழ்ந்த நம்பிக்கை கொண்டார்கள்? அல்லது கொண்டுள்ளார்கள்? மதங்கள் அனைத்தும் எதனை வற்புறுத்துகின்றன?

அடுக்கடுக்காகக் கேள்விகள் பல மதங்களைப் பற்றிக் காலம் காலமாக எழுப்பப்பட்டுக் கொண்டே இருக்கின்றன.

அதற்கான வெவ்வேறு விளக்கங்களும் அளிக்கப்பட்டு வருகின்றன. ஆணித்தரமான சான்றுகளும் தரப்படுகின்றன.

என்றாலும் மதம் எப்போது, எப்படித் தோன்றியது என்பதற்குப் பொதுவான விளக்கம் சரிவரத் தரப்படவில்லை என்பதே உண்மை.

மதவாதிகள் ஒவ்வொருவரும் ஒவ்வொருவிதமான விளக்கங்களைத் தருகின்றார்கள்.

அவர்கள் தரும் விளக்கமே சரியானது என்றும் அழுத்தமாகச் சொல்கிறார்கள்.

போகட்டும்.

நாமும் நம்முடைய பார்வையில் மதம் எப்போது எப்படித் தோன்றியது, பின்னர் எப்படி மதங்களாக அவை விரிந்து பரந்தது என்பதைப் பற்றி அலசலாம்.

உலகளவில் மதங்கள் பல இருந்தாலும் யாவரும் அறிந்த முக்கியமான, பிரபல மதங்கள் என்னும்போது நான்கே நான்கு மட்டுமே அதில் இடம் பெறுகின்றன.

1. கிறிஸ்தவம்
2. இஸ்லாம்
3. இந்து
4. பௌத்தம்

இவற்றைத் தவிர இன்னும் நூற்றுக்கணக்கான மதங்கள் உயிர்ப்புடன் இருந்தாலும் அவை 'பிரபல மதங்கள்' வரிசையில் இடம்பெறத் தவறிவிட்டன.

அதற்குக் காரணம் -

அந்த மதங்களைப் பின்பற்றுவோர் எண்ணிக்கை மிகமிகக் குறைவு என்பதே.

அதிகப்படியான மக்கள் பின்பற்றுவதால் மட்டும்தான் ஒரு மதத்தின் மதிப்பு கணிக்கப்படுகிறதா என்றால் தயக்கமின்றி 'ஆம்' என்று சொல்லலாம்.

இது சரியா என்ற கேள்வி எழலாம்.

அதற்குச் சரியான பதில் நம்மிடம் கிடையாது.

நம்மிடம் மட்டுமல்ல யாரிடமும் இல்லை. அதிகமாகக் கையைத் தூக்குவோர்தான் வெற்றி பெற்றவர்களாக அறிவிக்கப் படுவது உலக வழக்கம் அல்லவா!

இந்த நான்கு மதங்களை விடவும் இன்னொரு பிரிவும் உலக மதங்கள் வரிசையில் இடம்பெறுகிறது என்பதையும் நீங்கள் புரிந்து கொள்ள வேண்டும்.

அது -

கடவுள் மறுப்பு கொள்கை படைத்த 'நாத்திகம்'.

இவர்களின் எண்ணிக்கையும் பெருகி நிற்பதால் இதையும் உலக மதங்கள் வரிசையில் நாம் சேர்த்தே ஆக வேண்டிய நிர்ப்பந்தம் காணப்படுகிறது.

கிறிஸ்தவம்

அதிக மக்களால் பின்பற்றப்படும் மதங்கள் வரிசையில் முந்திக் கொண்டு நிற்பது கிறிஸ்தவ மதம். சுமார் 220 கோடிப் பேர் உலகம் முழுவதும் இதனைப் பின்பற்றுகிறார்கள்.

கிறிஸ்தவ மதம் மூன்று பிரிவுகளாகப் பிரிக்கப்பட்டுள்ளது. கத்தோலிக்கம், புரட்டஸ்டண்ட், கிழக்கு மரபுவழி திருச்சபை என்பதே அந்த மூன்று பிரிவுகள்.

இவற்றில் 110 கோடிப் பேர் கத்தோலிக்க வழியைப் பின்பற்றுகிறார்கள்.

புரட்டஸ்டண்டை 77 கோடிப் பேரும், கிழக்கு மரபுவழி திருச்சபையை 24 கோடிப் பேரும் பின்பற்றுகிறார்கள்.

உலக மக்கள் தொகையில் கிறிஸ்தவர்களின் எண்ணிக்கை 32 சதவீதமாக விளங்குகிறது. உலகில் மொத்தமுள்ள 157 நாடுகளில் கிறிஸ்தவர்களே அதிகமாக வாழ்ந்து வருகின்றனர்.

இப்படிப்பட்ட பல்வேறு சிறப்புகள் காரணமாக உலக மதங்கள் வரிசையில் 'கிறிஸ்தவம்' முதலிடத்தைப் பெற்று முன்னணியில் இருக்கிறது.

கிறிஸ்தவ மதத்தை நிறுவியவர் இயேசு கிறிஸ்து. 2 ஆயிரம் ஆண்டுகளுக்கு முன் இஸ்ரவேல், பெத்தலகேமில் பரிசுத்த ஆவியால் கருவுற்ற மேரி அன்னையின் மகனாகப் பிறந்தார் இத் தேவ தூதர். அப்போது இஸ்ரவேல் ரோமை ஆட்சி செய்துவந்த சீசரின் ஆட்சியின் கீழ் இருந்தது.

தனது முப்பது வயது வரை தச்சுத் தொழிலை செய்து வந்த ஒரு சாதாரண யூதராகவே திகழ்ந்தார். அதன்பின்னர்தான் பற்பல அற்புதங்களை நிகழ்த்தினார். நற் போதனைகளை அள்ளி வழங்கினார்.

இவரது போதனைகள் உலக மக்கள் அனைவரும் ஏற்றுக் கொள்ளத்தக்கதாகவே இருந்தன. ஆனால் இவர் தன்னைக் கடவுளின் மைந்தன் என்றும், கடவுள் என்றும் கூறி பிரசங்கம்

செய்தது யூத மதத்தவரின் கொள்கைகளோடு முரண்பட்டது. இதனால் யூதர்கள் இயேசுவின் மீது வெறுப்பும், கோபமும், ஆத்திரமும் கொண்டனர். அவரைக் கொன்று விடவும் துடித்தனர்.

பல்வேறு முயற்சிகளுக்குப் பின் கடைசியாக தேசாதிபதியால் மரண தண்டனை விதிக்கப்பட்டது இயேசுவிற்கு.

அவரைச் சித்ரவதை செய்து சிலுவையில் அறைந்து தங்கள் ஆத்திரத்தை யூதர்கள் தணித்துக் கொண்டனர்.

என்றாலும் இறைசக்தி பெற்றவர் என்பதை நிரூபிக்கும் விதமாக சிலுவையில் அறையப்பட்ட மூன்றாம் நாளில் உயிர் பெற்று எழுந்து, மேலும் நாற்பது நாட்கள் நற்போதனையில் ஈடுபட்ட பின்னர் வானில் பறந்து சென்று மறைந்தார்.

இதனை அவரது சீடர்கள் உட்பட பலரும் கண்டு அதிசயித்தனர்.

இதன்பிறகே இவரது போதனைகள் உலகம் முழுவதும் அவரது முக்கிய சீடர்களால் கொண்டு செல்லப்பட்டன. அன்பை அடிப்படையாகக் கொண்ட போதனைகள் என்பதால் பெருவாரியான மத்திய கிழக்கு மற்றும் ஐரோப்பிய மக்கள் இதனைப் பின்பற்றி கிறிஸ்தவ மதத்தில் தங்களை இணைத்துக் கொண்டனர்.

அறிவாற்றலும், செல்வ வளமும் படைத்த ஐரோப்பியர்கள் இம்மதத்தைக் கடந்த சில நூற்றாண்டுகளாக உலகம் முழுவதும் பரப்பி வருகின்றனர்.

இஸ்லாம்

உலக மதங்களில் இரண்டாவது இடத்தைப் பிடித்துள்ளது இஸ்லாம். 150 கோடிப் பேரால் பின்பற்றப்படுகிறது. உலகில் பத்து நாடுகளில் இஸ்லாமியர்கள் அதிக எண்ணிக்கையில் வசிக்கின்றனர்.

உலகிலேயே அதிக முஸ்லீம்கள் வசிக்கும் நாடாக இந்தோனேஷியா விளங்குகிறது. உலக இஸ்லாமியர்களின் எண்ணிக்கையில் 13 சதவீதம் பேர் என்ற பெருமை இதற்கு உண்டு.

அதற்கடுத்தபடியாக 11 சதவீதம் பேர் இந்தியாவில் வசிக்கின்றனர். இவ்வாறு இருந்தும் இந்தியாவில் இவர்கள் சிறுபான்மை சமூகத்தினராகவே விளங்குகின்றனர்.

இதன்பின்னர் பாகிஸ்தான், வங்கதேசம், நைஜீரியா, ஈரான், எகிப்து, துருக்கி, அல்ஜீரியா, மொராக்கோ, அரபு நாடுகள் போன்ற நாடுகளில் இஸ்லாமியர்கள் அதிக எண்ணிக்கையில் வசிக்கின்றனர்.

இம் மதத்தை நிறுவியவர் முகமது நபி. இவர் கி.பி. 570ஆம் ஆண்டு மெக்காவில் பிறந்தார். நபிகள் பிறந்த சில மாதங்களிலேயே தந்தை இறந்துவிட, மாமாவால் வளர்க்கப்பட்டார்.

இறைவனின் தூதர்கள் பலருள் கடைசியாக அனுப்பப்பட இருந்த தூதர் என்று இவரை இஸ்லாமியர்கள் நினைத்தனர். வாணிபம் மற்றும் மேய்த்தல் தொழிலைச் செய்தார். இறை பக்தி காரணமாக அதிகளவில் தியானம் செய்து, தனது நாற்பதாவது வயதில் இறைவனை உணர்ந்தார்.

மெக்காவில் உள்ள ஹிரா என்னும் மலைக் குகையில் வழக்கம் போல அவர் தியானத்தில் இருந்தபோது காப்ரியல் என்னும் இறை தூதர் தோன்றி சில வாக்கியங்களைக் கூறி அதனை ஒப்பிக்கச் சொன்னார்.

இந்த வாக்கியங்களே பின்னர் குரானில் இடம் பெற்றது என்று அறியப்படுகிறது.

உலகின் இறுதிகால தண்டனைகளைப் பற்றி இறைநம்பிக்கை இல்லாதவர்களுக்கு எடுத்துக் கூறவே முகமது நபிகளாக வந்ததாகக் கருதப்படுகிறது

கடவுளின் வாசகங்களை ஏற்றுக்கொள்ளாதவர்களை எச்சரிப்பதோடு நில்லாமல், தீயவைகளைத் துறப்பவர்களுக்கும், தெய்வீக வாசகங்களைக் கேட்பவர்களுக்கும், கடவுளுக்கு சேவகம் செய்பவர்களுக்கும் நற்செய்தியும் கூறினார்.

உருவ வழிபாடு உள்ளிட்ட அக்காலத்தில் சில வழக்கங்களை முகமது நபி கண்டித்ததை அடுத்து அவருக்கு எதிர்ப்பு கிளம்பியது. எனினும் எதிரிகளோடு போரிட்டு அவர்களைக் கொன்று, வழிபாட்டுத் தலங்களை உடைத்து தனது மதத்தைப் பரப்புவதில் பெரு வெற்றி அடைந்தார்.

அரேபியா முழுவதும் இஸ்லாமிய மதத்தை அழுத்தமாகப் பரப்பினார். பின்னர் கி.பி. 632ஆம் ஆண்டு உடல் நலம் குன்றி மரணமடைந்தார்.

இந்து

உலக மதங்களில் இந்து மதம் 105 கோடி மக்களால் பின்பற்றப்பட்டு மூன்றாவது இடத்தைப் பிடித்துள்ளது.

உலகில் மொத்தம் 15 சதவீதம் பேர் இந்து மதத்தைச் சார்ந்து இருக்கின்றனர்.

இவர்களில் 97 சதவீதம் பேர் இந்தியா, நேபாளம் மற்றும் மொரீஷியஸ் நாடுகளில் வசிக்கின்றனர். ஒரு சதவீதத்திற்கும் குறைவானவர்களே பிற நாடுகளில் வசிக்கின்றனர்.

இந்தியாவில் ஒரே மதம், ஒரே தெய்வம் என்ற வழக்கம் கிடையாது. பலவிதமான தெய்வங்களை, வேறு வேறு சமயப் பெயர்களுடன் மக்கள் வணங்கி வந்தனர்.

பிற்காலத்தில் இதற்கு பொதுவான அமைப்பாக 'இந்து மதம்' என்ற பெயர் சூட்டப்பட்டது.

எனவேதான் இந்து மதத்தில் மட்டும் ஏராளமான தெய்வ வழிபாடுகள் காணப்படுகின்றன.

முதன்முதலாக இந்து மதம் ‘சைவ சமயம்’ என்றே விளங்கி வந்தது. சைவ சமயத்தைத் தோற்றுவித்தவர் என்று ஒருவரையும் குறிப்பிட்டுச் சொல்ல முடியாது. இச்சமயம் ஐந்து அல்லது ஆறாயிரம் ஆண்டுகளுக்கு முன்னரே தோன்றி இருக்கலாம் என்று நம்பப்படுகிறது.

கி.மு. 2500 முதல் 1500 ஆண்டுக்கு இடைப்பட்ட காலத்தில் சிறந்து விளங்கிய சிந்து சமவெளி நாகரீக காலத்திலேயே சிவலிங்க வழிபாட்டைச் சார்ந்த வழிபாட்டு முறைகள் இருந்துள்ளன.

இந்துக்களின் பழமைவாய்ந்த நூல்களாக விளங்குவது வேதங்கள். இதனை அடிப்படையாக வைத்தே இந்து மதம் இயங்கி வருகிறது. கி.மு. 1500 முதல் 500 ஆண்டுகளுக்கு இடைப்பட்ட காலக்கட்டத்தில் வேதங்கள் எழுதப்பட்டன.

பின்னர் கி.மு. 500 முதல் கி.பி. 500 வரையிலான காலக் கட்டத்தில் புராண இதிகாசங்கள் இயற்றப்பட்டன.

கி.பி. 500 முதல் 1500 வரையான காலக்கட்டத்தில் புராணங்கள் பாடப்பட்டன.

இந்து மதத்தை வளர்த்தவர்கள் ரிஷிகள், முனிவர்கள், ஆழ்வார்கள், சமயக் குரவர்கள் என்றே சொல்லலாம்.

கடவுள் ஆதியும், அந்தமும் அற்றவர். உருவமோ, அருவமோ இல்லாதவர். தூண், துரும்பு என்று அனைத்திலும் நிறைந்திருப்பவர். அளவற்ற அன்பும், ஆற்றலும் உடையவர், அத்தனை உயிர்களிடத்தும் உறைந்திருப்பவர்.

இப்படி நம்புகிறது இந்து சமயம்.

இப்பிறப்பில் அறவாழ்வு வாழ்ந்து, இறைவனை இடைவிடாமல் தொழுதால், மறுபிறப்பு இல்லாத நிலையை அடையலாம் என்றும், மோட்சத்தை அடையலாம் என்றும் சைவ சமயம் உறுதியாக நம்புகிறது.

இடைப்பட்ட காலத்தில் சமண, பௌத்த மதங்களின் ஆதிக்கமும், செல்வாக்கும் அதிகரித்தபோது சற்று தேக்க நிலையை அடைந்தது. எனினும் பின்னர் புத்துயிர் பெற்று நிமிர்ந்து எழுந்தது.

எனினும், அந்நியர்களின் ஆதிக்கம், சாதி வேறுபாடு, கட்டுப்பாடற்ற நிலை போன்ற பல்வேறு காரணங்களால் இந்து மதத்தில் இருந்தும் இன்னபிற மதங்களுக்கு மதமாற்றம் ஏற்படுவது காலத்தின் கட்டாயமாக இருந்து வருகிறது.

பௌத்தம்

உலகின் மொத்த மக்கள் தொகையில் 50 கோடிப் பேர் புத்த மதத்தைத் தழுவுகின்றனர். மொத்த மக்கள் தொகையில் இவர்கள் 7 சதவீதம் பேர்.

பௌத்த மதத்தை நிறுவியவர் கௌதம புத்தர். இவர் கி.மு. 563ஆம் ஆண்டு அரச குமாரராகப் பிறந்தார். அப்போது அவர் பெயர் சித்தார்த்தர்.

தாயை இழந்து சிற்றன்னையால் வளர்க்கப்பட்ட இவருக்கு துறவற ஆசை வந்துவிடக் கூடாது என்பதற்காக மிகவும் பாதுகாப்பாக வளர்த்து வந்தார் இவரது தந்தை. ஆயினும் ஒரு முறை வெளி உலகைப் பார்த்த சித்தார்த்தர், மக்களின் துயரங்களையும், கஷ்டங்களையும், இன்னல்களையும் நேரில் பார்த்து மனம் வெதும்பித் துடித்துப் போனார்.

இத்துயரங்களில் இருந்து அனைவரையும் விடுவிக்க என்ன வழி என்று யோசிக்கத் தொடங்கினார். 29வது வயதில் துறவி

ஒருவரின் உபதேசம் கிடைத்தது. அதன்படி மனைவி, குழந்தையை விட்டு, ராஜபோக சுகத்தையும் உதறித் தள்ளி வனவாசம் சென்றார். காடு மேடுகள் என்று சுற்றி அலைந்து, போதி மரத்தின் கீழ் கடுமையான தியானத்தில் அமர்ந்தார். ஆறு ஆண்டுகளுக்குப் பிறகு ஞானம் பெற்றார்.

பேராசை தான் மனிதனின் கஷ்டங்களுக்குக் காரணம் என்ற உண்மையை உணர்ந்தார். எனவே ஆசையைக் கட்டுப்படுத்தினால் அமைதியும், மகிழ்ச்சியும் கிடைக்கும் என்பதை மக்களுக்குப் போதித்தார். வேதங்களில் பிழைகள் இருப்பதையும் சுட்டிக்காட்டினார்.

கடவுளும், பிரபஞ்சமும் அறியப்பட முடியாதவை. நமக்கு நாமே உண்மையானவர்களாகவும், நியாயமானவர்களாகவும் வாழ்ந்து, கோபம், பற்று, அறியாமை ஆகியவைகளில் இருந்து நீங்கி, கருணை, ஒழுக்கம், அன்பு, நேர்மை உள்ளவராய், மனித குலத்திற்கு சேவை செய்தாலே போதும் என்றார். இதன் மூலம் பேரானந்தத்தை அடையலாம் என்றும் போதனை செய்தார்.

தனது 80வது வயதில் நோய்வாய்ப்பட்டு மரணமடைந்தார். இவரின் போதனையால் கவரப்பட்ட அசோக சக்ரவர்த்தி ஆசிய கண்டம் முழுவதும் புத்த மதம் பரவச் செய்தார். இந்தியாவில் இம்மதம் வளர்ச்சி குன்றிப் போனாலும் சீனா, ஜப்பான், இலங்கை போன்ற ஆசிய நாடுகளில் செழித்தோங்கி உள்ளது குறிப்பிடத் தக்கது.

சமணம், சீக்கியம், யூதம் போன்ற நூற்றுக்கணக்கான மதங்கள் உலகில் இன்னும் இருந்து கொண்டுதான் இருக்கின்றன.

கடந்த 2010ஆம் ஆண்டு குளோபல் ரிலிஜியஸ் லாண்ட்ஸ் கேப் என்னும் அமைப்பு மதங்கள் பற்றிய ஒரு கணக்கெடுப்பை நடத்தியது. அதில், இளம் வயதிலேயே மத நம்பிக்கைகளில் அதிக ஈடுபாடு உடைய மதமாக எந்த மதம் விளங்குகிறது என்பது பற்றிய விவரங்கள் சேகரிக்கப்பட்டன.

முஸ்லீம் மதத்தில் சராசரி 23 வயது இளைஞர்கள் பெருமளவில் நம்பிக்கை உடையவர்களாக உள்ளனர்.

அடுத்து இந்து மதம். இதில் 26 வயது இளைஞர்கள் அதிகமாக நம்பிக்கை உள்ளவர்களாக விளங்குகின்றனர்.

யூத மதத்தில்தான் 36 வயதுக்கு மேல்தான் மத நம்பிக்கை ஏற்படுகிறவர்கள் இருக்கின்றனராம். எனவே இந்த மதம் வேகமாக

வீழ்ச்சியைச் சந்தித்து வருவதாக அந்த அறிக்கையில் தெரிவிக்கப் பட்டுள்ளது.

இப்போது உலகில் இத்தனை மதங்கள் தோன்றுவதற்குக் காரணம் என்னவாக இருக்கும் என்று அலசலாம்.

இந்து மதம், கிறிஸ்தவ மதம், இஸ்லாம் மற்றும் பௌத்தம் ஆகிய மதங்களுடன் பார்ஸி, யூத, பஹாய் உள்ளிட்ட பல நூறு மதங்களும் இருந்தன, இருக்கின்றன.

மதங்கள் இறைவனால் படைக்கப்பட்டதாக எவரும் கூறவில்லை.

இறை தூதர்களால்தான் இத்தனை மதங்கள் தோன்றி உள்ளன.

இவ்வாறு 27 ஆயிரம் இறை தூதர்கள் பிறப்பெடுத்துள்ள தாகக் கூறப்படுகிறது.

சரி, சமயம் என்பது என்ன?

அவதாரம், புனித நூல் மற்றும் நம்பிக்கையாளர்கள் ஆகிய மூன்றும் இருந்தால் மட்டுமே ஒரு மதம் தோன்ற முடிகிறது.

அவதாரம் என்பதை 'தீர்க்கதரிசி' என்று கூறலாம். இவர்கள் மனிதர்களைவிட மேம்பட்டவர்கள். அறிவு அதிகம் படைத்தவர் கள். முன்கூட்டியே எதனையும் உணரும் ஆற்றலைப் பெற்றவர்கள்.

கடந்த காலத்தைப் பற்றி மட்டுமல்லாமல் எதிர் காலத்தைப் பற்றியும் அறிந்தவர்கள் என்பதாலும், மனிதர்களைவிடவும் அறிவில் சிறந்தவர்கள் என்பதாலும், பெரும் சக்தியைப் பெற்றவர்கள் என்பதாலும் இவர்களைக் கடவுளாக நினைக்கலாமா?

இப்படியொரு கேள்வி எழுந்தால் அதற்குப் பதில் 'இல்லை' என்பதுதான்.

அவதாரங்கள், மனிதர்களுக்கும், கடவுளுக்கும் இடைப்பட்ட நிலையைச் சார்ந்தவர்கள் என்பதே உண்மை.

இவர்கள் கடவுளோடு நேரடியாகவோ, மறைமுகமாகவோ ஏதோ ஒருவிதத்தில் தொடர்புடையவர்களாகக் கருதப்படுகிறார்கள். பல்வேறு நிகழ்வுகள் இதனை நிரூபித்துள்ளன.

ஒழுக்கம், சத்தியம், வாழ்வியல் தத்துவம் போன்றவற்றை கடவுளிடம் இருந்து அவதாரங்கள் பெற்று அதனை சாதாரண மக்களுக்குப் போதித்தார்கள், போதிக்கின்றார்கள்.

இவர்களின் போதனைகளைக் கண்ணை மூடிக்கொண்டு ஆதரிப்பதோடு அவ்வழியைப் பின்பற்றி நடைபோடுகிறபோது அது ஒரு சமயமாக மாறிவிடுகிறது.

இவ்வாறுதான் மதங்கள் பல உலகில் தோன்றின என்பதை நம்மால் புரிந்துகொள்ள முடிகிறது.

ஆனாலும் சமயங்கள் பலவும் இத்தகைய தன்மைகளைக் கொண்டிருக்கிறதா என்பது மிகப் பெரிய கேள்வியே. ஆதி காலத்தில் தோன்றிய சமயங்களின் நிழலைப் பின்பற்றியே பல்வேறு மதங்கள் தோன்றின என்பதே வரலாறு கூறும் உண்மை. அதிலும் இவை கடவுள் பக்தியை அடிப்படையாகக் கொண்டிருப்பதாக இருந்தாலும் சமூக நலனை முக்கிய குறிக்கோளாகக் கொண்ட ஒரு சமூக அமைப்பாகவே விளங்கி வருகின்றன.

உண்மையான சமயம் என்பது இறைவனால் மனிதனுக்கு வழங்கப்படும் வழிகாட்டல் என்பதே மிகச் சரியானது. அதுவும் கால மாறுபாடு காரணமாக இந்த வழிகாட்டலும் மாறுபடுகிறது.

மதம் என்று சொன்னாலே அது இன்று மனிதர்களை 'மதம்' பிடித்தவர்களாக மாற்றும் ஒரு அங்கமாக மாறிவிட்டிருப்பது வருத்தம் தரும் உண்மை.

மதம் என்ற பெயரைச் சுமந்து கொண்டு மனிதர்களுக்கு இடையே போட்டி, பொறாமைகளை வளர்த்துக் கொண்டும்,

வன்முறைகளைப் பெருக்கிக் கொண்டும் இருப்பது இன்றைய சூழலில் அதிகமாகி வருகிறது. இதனால் மதங்களின் மீது மனிதர்களுக்கு வெறுப்பு தோன்றி வருகிறது என்பது மறுக்க முடியாத உண்மை.

எனினும் மனிதனின் ஆன்மீகம் சார்ந்த மனவளர்ச்சியும், நாகரீகம் சார்ந்த வாழ்வு வளர்ச்சியும் மதம் என்ற ஒரு அமைப்பின் மூலமாகவே வந்துள்ளது. அறிவியல் முன்னேற்றங்களும் மதங்களினால் மட்டுமே நிகழ்ந்துள்ளது என்பதும் உண்மை.

கல்வி அறிவு இல்லாமல் மனிதன் காட்டுமிராண்டித்தனமாக வாழ்ந்த நிலையில் அவனைப் பண்பட்ட மனிதனாக மாற்றுவதற்கு உதவியது மதம் மட்டுமே.

அறிவு வளர்ச்சி அடைந்தபோது அவனது சிந்தனை விரிவடைந்தது. பல புதிய விஷயங்களை அவன் தெரிந்து கொள்ள ஆரம்பித்தான். கற்றுக் கொள்ளவும் தொடங்கினான்.

பழமை நிலையில் நற்கருத்துக்களைக் கூறி வந்தபோதிலும், கால மாற்றம் காரணமாகவும், அறிவு விருத்தி அடைந்ததன் காரணமாகவும் மதங்களின் போதனைகளிலும் புதிய சிந்தனைகள் ஏற்பட வேண்டிய கட்டாயம் ஏற்பட்டது.

பழமைவாதிகள் பழைய கருத்துக்களைக் கெட்டியாகப் பற்றி நிற்க, புதுமைவாதிகள் அதில் காலத்திற்கேற்ற சில மாற்றங்களை உருவாக்கினார்கள். இதனால் இரு தரப்பாரும் இருவேறு கோணத்தில் தங்கள் வாழ்க்கை நிலையை நிறுவிக்கொள்ள வேண்டிய நிலைமை ஏற்பட்டது. இப்படித்தான் புதிய கருத்துக்களுடன் கூடிய புதிய மதங்கள் உருவாகின.

மதம் என்பது கடவுளால் உருவாக்கப்பட்டது என்பதால் அதன் அடிப்படை அம்சத்தை மாற்றும் துணிச்சல் எவருக்கும் இல்லாமல் போனது. எனவேதான் அன்பு, பண்பு, ஒழுக்கம், கட்டுப்பாடு, அறம், தியானம் போன்ற அடிப்படைக் கொள்கைகள் இன்னும் மதங்களில் அப்படியே நிலைத்து நிற்கின்றன.

பல்வேறு மொழிகள், இனங்கள், பழக்க வழக்கங்கள், கலாச்சாரங்கள் என்று மனிதர்கள் பலப்பலவாறு சிதறிக் கிடப்பதால், அவர்களின் கலாச்சார அடிப்படையில் புதிய மதங்களை உருவாக்கி வைத்துக் கொண்டனர். அவ்வாறு உருவாக்குவதற்கு அங்கங்கே அவதார புருஷர்கள் அவதரித்தார்கள்.

இன்னும் சொல்லப்போனால், 'உள்ளங்கைக்குள் உலகம்

சுருங்கிக் கிடக்கிறது' இன்று. ஆனால் அன்றைய நிலைமை அப்படிக் கிடையாது. மதுரையில் உள்ளவர்கள் சென்னைக்கு வருவதென்பது நினைத்துக்கூடப் பார்க்க முடியாத ஒன்று. கால் நடையாகவோ, விலங்குகள் பூட்டப்பட்ட வண்டிகள் வாயிலா கவோ வரவேண்டும் என்பதால் பல நாட்கள் பிடிக்கும். இதனால் சில கிலோ மீட்டர் தொலைவில் இருக்கும் மனிதர்களைப் பற்றிக் கூட அவர்களால் ஒன்றும் தெரிந்து கொள்ள முடியாமல் போனது. ஒரு குறிப்பிட்ட பகுதிக்குள்ளேயே அவர்கள் வாழ்ந்து வந்த காரணத்தால் வேறு பல சித்தாந்தங்களைப் பற்றியும், நடைமுறை வாழ்வைப் பற்றியும் அவர்களால் அறிந்து கொள்ள முடியவில்லை.

சகோதர, சகோதரிகளுக்கு இடையே திருமணப் பந்தம் செய்து கொள்வது அறிவியல் முறைப்படி தவறு என்னும் ஞானம்கூட அவர்களுக்கு அப்போது இருக்கவில்லை. காலப்போக்கில் அனுபவ ரீதியாக, உறவுக்குள்ளேயே உறவு வைத்துக் கொண்டால் ஊனமுற்ற குழந்தைகளைத்தான் பெற முடியும் என்ற உண்மையை அவர்கள் பெற்றுத் தெளிவடைந்தார்கள்.

அப்புறம்தான் மாமன் மகள், அத்தை மகன் என்ற ரீதியில் திருமண பந்தம் வகுக்கப்பட்டது. அப்படித் திருமணம் செய்து கொள்வதும் ஒரு கட்டத்திற்கு மேல் போனால் ஊனமுற்ற குழந்தைகளைத்தான் பெற முடியும் என்பது பின்னர் தெரிந்தது.

ஆக, முகம் தெரியாத அந்நியர்களைத் தேடிக் கண்டுபிடித்து மணம் செய்தனர். அதுவும் தற்போது மாறி, கலப்புத் திருமணம் என்ற அளவில் வளர்ந்து நிற்கிறது.

ஒவ்வொரு காலக்கட்டத்திலும், அனுபவ ரீதியாகவே சில உண்மைகளைப் புரிந்து அதற்கேற்பத் தங்கள் கலாச்சார, பழக்க வழக்கங்களை மாற்றிக் கொண்டு வருகிறார்கள்.

காலப்போக்கில் இதிலும் மிகப் பெரிய, நாம் நினைத்துக்கூடப் பார்க்காத சில மாற்றங்கள் ஏற்படலாம். அதற்கான அவசியம் உருவாகும்போது அந்த மாற்றங்களை ஏற்றுக்கொண்டுதான் தீர வேண்டும்.

இதைவிடுத்து, பழமை கருத்தில் மட்டும்தான் உறுதியாக இருப்பேன் என்று சொல்லிக் கொண்டிருப்பது பேராபத்திற்குத் தான் கொண்டு செல்லும்.

இப்படித்தான் காலச்சூழலுக்கு ஏற்ப மனிதர்கள் தங்கள் சாஸ்திர சம்பிரதாயங்களை மாற்றிக் கொண்டிருக்கிறார்கள்.

மாற்றிக் கொண்டும் வருகிறார்கள். இதனை பழமைவாதிகள் சிலர் எதிர்ப்பதால் தங்களுக்கு என்று ஒரு புதிய அமைப்பை, சமயத்தை, மதத்தைத் தோற்றுவித்துக் கொண்டு வாழ்கிறார்கள்.

காலத்திற்கேற்ற திருத்தங்கள் மட்டுமே கொண்டதாக இந்த மதங்கள் இருக்கின்றனவே அல்லாமல் அடிப்படைத் தத்துவங்களைக் கைவிடுவதில்லை.

'இறைவனின் அவதாரங்கள் அனைவரும் ஒரே ஆலயத்தில் வீற்றிருப்பதையும், ஒரே சுவர்க்கத்தில் உயரப் பறப்பதையும், ஒரே அரியாசனத்தில் அமர்ந்திருப்பதையும், ஒன்றையே உச்சரிப்பதையும், ஒரே சமயத்தைப் பிரகடனம் செய்வதையும் காண்பீர்கள்' என்கிறது பஹாய் என்னும் மதம்.

இதிலிருந்து நாம் தெரிந்து கொள்வது என்னவென்றால் கடவுள் ஒருவரே. அவர் பல அவதாரங்கள் அல்லது அவதாரப் புருஷர்கள் மூலமாக வழிகாட்டுதல்களை மக்களுக்குச் சொல்லி வருகிறார். அந்த வழிகாட்டுதல்கள் காலச்சூழலுக்கு ஏற்ப அமைகிறது.

நாகரீகத்தின் உச்சம் என்று நம்மை நாமே பெருமையடித்துக் கொள்ளும் இன்று நிலைமை என்ன?

பற்பல போதனைகளை அடிப்படையாகக் கொண்டு உருவான மதங்களைப் பயன்படுத்திக் கொண்டு மனித ஒற்றுமை சீர்குலைக்கப்பட்டு வருகிறது. பிரிவினை எண்ணங்கள் காட்டுத் தீயாகப் பற்றி எரிந்து வருகிறது. அன்பும், பண்பும், ஒழுக்கமும் குழிதோண்டிப் புதைக்கப்பட்டு வருகிறது.

மதங்கள் உணர்த்தும் அடிப்படைக் கொள்கைகளை மறந்து விட்டு, புறக்கணித்து விட்டு சுயநலத்துடன் ஒருவரையொருவர் பகைமை பாராட்டி வெட்டிக் கொன்று வருகிறார்கள்.

மதங்கள் மீது மனிதர்களுக்குக் காழ்ப்புணர்ச்சியும், வெறுப்பும் ஏற்படும் விதமாக நடைமுறை வாழ்க்கை அமைந்து வருகிறது.

சூரியன் ஒன்றே. அது இளங்காலையில் மஞ்சள் கிரணத்தைத் தரும். நண்பகலில் சுட்டெரிக்கும் வெயிலைத் தரும். மாலையில் மீண்டும் இளவெயிலைத் தரும். இரவிலோ காணாமல் மறைந்து இருளையும், குளிர்ச்சியையும் தரும்.

இவ்வாறு விதவிதமான ஒளியைத் தந்த போதிலும் சூரியன் ஒன்றே. அதேபோலத்தான் மதமும், கடவுளும்.

2

ஜூடாயிஸம் - யூதர்களின் மதம். கிறித்துவ மதத்தைவிடப் பழைமையானது. விவிலியத்தின் பழைய ஏற்பாட்டில் உள்ள கருத்துகளின் அடிப்படையில் உருவான இந்த மதம் ஒரே இறைவனைப் பற்றிப் பேசுகிறது.

அவர்தான் உலகத்தைப் படைத்தவர்; அவர்தான் உலகை ஆள்பவர்; அவர் சர்வ சக்தியுள்ளவர்; எதையும் அறிந்தவர்; எங்கும் நிறைந்தவர். மேலும் அவர் நியாயமானவர்; கருணை உள்ளவர்; . ஒவ்வொருவரும் கடவுளின் பிம்பமாகத்தான் படைக்கப் பட்டிருக்கிறார்கள் போன்றவை யூதர்களின் நம்பிக்கை.

ஜூடாயிஸம் சுமார் 3 ஆயிரத்து 500 ஆண்டுகளுக்கு முன்னரானது. இது தூய்மை, நல்லொழுக்கம் ஆகியவற்றுக்கு உதாரணமாக இருக்கத்தக்க மனிதர்களைப் படைக்க வேண்டும் என்று கருதியே இறைவன் யூதர்களைப் படைத்ததாக ஒரு நம்பிக்கை யூதர்களிடம் உண்டு.

ஜூடாயிஸம்

கி.மு. 1812ஆம் ஆண்டு ஆதாம் ஏவாளின் பத்தொன்பதாவது தலைமுறையில் உதித்த பேரன் ஆபிரகாம்.

இவர் யூத இனத்தின் தந்தையாகப் போற்றப்படுகிறார். இஸ்ரேலின் யூத இனம் இவரில் இருந்துதான் தோன்றியது. அவர்களின் கடவுள் யாவே, அவர் முன்பாகத் தோன்றி, 'யூத இனத்தின் தலைவராக உன்னை நியமிப்பேன்' என்று வாக்களித் தார். இந்த வாக்குறுதியை உறுதியென்று நம்பிச் செயல்பட்டார் ஆபிரகாம்.

ஆபிரகாம் தன் மகன் ஈசாக் பிறந்த எட்டாம் நாளன்று அவருக்கு 'விருத்தசேதனம்' செய்து வைத்தார். 'விருத்தசேதனம்' என்றால் 'சுன்னத்' என்று பொருள்.

ஆபிரகாமிற்கு கடவுள் அளித்த வாக்குறுதியை ஈசாக் பிறப்பின் மூலமாக நிறைவேற்றியது குறிப்பிடத்தக்கது.

தாங்கள் ஆபிரகாமின் மரபு வழித் தோன்றல்கள் என்பதில் யூதர்கள் மிகவும் பெருமிதம் கொள்கின்றனர். 'நாங்கள் ஆபிரகாமின் வம்சாவழியினர். யாருக்கும் அடிமையாக இருந்தது கிடையாது. இருக்கப்போவதும் இல்லை' என்று இயேசுவிடம் யூதர்கள் வாதம் செய்தனர்.

அவரது அன்பு மனைவி சாரா. இருவருக்கும் குழந்தை பாக்யம் கிட்டாத காரணத்தால் ஆகார் என்னும் வேலைக்காரப் பெண்ணை சாராவே ஆபிரகாமுக்கு மணமுடித்து வைத்தார். ஆபிரகாம் - ஆகாருக்கு இஸ்மாயில் என்னும் அழகிய ஆண் குழந்தை பிறந்தது.

இதன்பின்னர் அதிர்ஷ்டவசமாக சாராவுக்கும் குழந்தைப் பேறு கிடைத்தது. அந்த ஆண் மகவுக்கு ஈசாக் என்று பெயர் சூட்டப்பட்டது.

இதன்பின்னர் சாராவுக்கும், ஆகாருக்கும் மனக்கசப்பு ஏற்பட்டு சண்டையாக வளர்ந்தது. இதனையடுத்து தனது குழந்தை இஸ்மாயிலை அழைத்துக் கொண்டு வீட்டைவிட்டு வெளியேறி னாள் ஆகார்.

இவர்களின் தகராறு உலகின் மிகப் பெரிய இரு மதங்கள் உருவாகுவதற்கு வழிவகுத்துவிட்டது என்பதே வரலாற்று உண்மை. அதாவது ஈசாக்கின் வழிவந்தோர் யூதர்கள் என்று அழைக்கப் பட்டனர். இஸ்மாயில் வழித்தோன்றல்கள் அரேபியர்கள் ஆனார்கள்.

யூதர்களின் புனித நூல் தோரா, கிறிஸ்தவர்களின் புனித நூல் பழைய ஏற்பாடு, முஸ்லீம்களின் குர் ஆன் ஆகிய மூன்று புனித நூல்களும் இதனைத் தெரிவிக்கின்றன.

எகிப்து நாட்டில் ஈசாக்கின் வம்சத்தினர் கொடுமைப்படுத்தப் பட்டனர். அப்போது கடவுளின் கட்டளையின் பேரில் அங்கு தோன்றிய இறைதூதர் மோசஸ் அவர்களை மீட்டார்.

மேலும், யூதர்கள் எப்படி நடந்து கொள்ள வேண்டும், உலகிற்கு அவர்கள் செய்ய வேண்டிய கடமைகள் என்ன, இறைவழிபாடு எப்படி இருக்க வேண்டும் என்பன உள்ளிட்ட பத்து கட்டளைகளை மோசஸ் அவர்களுக்கு வழங்கினார்.

இது இறைவனின் கட்டளை என்பதையும் மோசஸ் தெளிவாக்கினார்.

இந்தப் பத்து கட்டளைகளின்படி தங்களுக்கு கடவுள் ஒருவர் மட்டுமே என்று யூதர்கள் நம்பினர்.

யூத மதம் மிகப் பழமையானது என்பதால் அதில் சடங்குகளுக்கும், சம்பிரதாயங்களுக்கும் குறைவே இல்லை. நிறைய விழாக்கள் உண்டு. வழிபாடுகள் அதிகம். தங்கள் சடங்குகளின் போது முனனோரின் துயரங்கள் நினைத்துப் பார்க்கப்பட்டது. திருமண விழா உட்பட அனைத்து சடங்குகளிலும் இது அவர்களின் முக்கிய சடங்காக இருந்தது.

கடவுள் இந்நிலவுலகைப் படைத்தபோது உயிரினங்கள் உட்பட அனைத்தையும் முதல் ஆறு நாட்கள் படைத்தார் என்றும், ஏழாவது நாள் நன்றாக ஓய்வெடுத்தார் என்றும் யூதர்கள் நம்பினர்.

எனவேதான் வாரத்தில் ஆறு நாட்கள் ஓய்வின்றி உழைக்கும் யூதர்கள், ஏழாவது நாளான சனியன்று நல்ல ஓய்வெடுப்பார்கள். யார் அழைத்தாலும் வேலை எதுவும் செய்யவே மாட்டார்கள். சமையலுக்குக்கூட விடுமுறைதான். தேவையான சமையலை முதல் நாளே முடித்து வைத்துவிடுவர்.

ஆபிரகாம் மீதான நம்பிக்கையை அடிப்படையாகக் கொண்ட மதங்கள்தான் யூதம், கிறிஸ்தவம் மற்றும் இஸ்லாம். இம்மூன்று மதங்களுமே ஒரே கடவுள் என்னும் கொள்கையைக் கொண்டவை. ஆயினும் காலப்போக்கில் இம்மதங்கள் ஒவ்வொன்றும் ஒன்றுக்கொன்று பகைமை பாராட்டத் தொடங்கின. எதிரிகள் ஆகின.

இவர்களுக்கு இடையே பகை ஏற்படுவதற்கு முழுமூல காரணம் எதுவென்றால் இஸ்ரேலின் வசமுள்ள 'ஜெருசலேம்' நகரம்தான்.

இம்மூன்று மதங்களின் முக்கிய சங்கமங்கள் நடைபெறும் புனித நகரமாக விளங்குகிறது ஜெருசலேம்.

பாலஸ்தீனத்தின் தலைநகராக ஜெருசலேம் விளங்குவதை இஸ்ரேல் ஏற்றுக்கொள்ளத் தயாராக இல்லை. ஏனென்றால் யூதர்களின் மிக முக்கிய புனித நகரமாக ஜெருசலேம் விளங்குகிறது. வெளி நாடுகளில் வசிக்கும் யூதர்கள்கூட தாங்கள் பிரார்த்தனை செய்யும்போது ஜெருசலேம் நகரம் இருக்கும் திசையை நோக்கித் தான் வணங்குகிறார்கள்.

யூதர்கள் கடவுளை பிரார்த்தனை செய்கிறபோது 'நான், எனது' என்று கூறமாட்டார்கள். 'நாம், நமது' என்றுதான் கூறுவார்கள்.

ஒரு இடத்தில் யூதன் ஒருவன் நுழைந்து விட்டால் போதும் அடுத்த சில நாட்களில் அங்கு யூதர்கள் குவியத் தொடங்கி விடுவார்கள். இப்படி தான் மட்டுமே வளராமல், தம் இனத்தையும் வளர்த்தார்கள். ஒரு இடத்தில் வெற்றி வாய்ப்பு அதிகம் என்றால் அங்கு யூதர்களும் அதிகரித்துவிடுவார்கள்.

யூதர்கள் வட்டித் தொழிலில் ஈடுபட்டார்கள். அதுவும் அவர்கள் மேல் வெறுப்பு வளர்வதற்குக் காரணமாக அமைந்துவிட்டது.

தங்கள் இனமே உலகில் உயர்ந்த இனம் என்றும், கடவுளின் விருப்பத்திற்குரிய இனம் தங்கள் இனமே என்றும், உலகில் மனித இனம் எப்படி நடந்து கொள்ளவேண்டும் என்பதற்கு முன்னுதாரணமாகவே கடவுள் தங்களைப் படைத்தார் என்றும் அவர்கள் முழுமையாக நம்பினர்.

கி.மு. பத்தாம் நூற்றாண்டில் இருந்தே இந் நகரில் யூதர்கள் அதிக அளவில் வசித்தனர். இங்குள்ள டெம்பிள் மவுண்ட் கோயில் யூதர்களுக்கு மிகவும் முக்கியமானது. விளைச்சலில் பத்தில் ஒரு பங்கை இந்த ஆலயத்துக்குக் கொண்டு வந்து கொடுக்க வேண்டும் என்கிறது யூதர்களின் புனித நூல். அதிக அளவு விளைச்சல் என்றால் பிறருடன் பங்கிட்டுக் கொள்ளலாம் என்பதும் விதி.

டெம்பிள் மவுண்ட் கோயில் சாலமோன் மன்னனால் கி.மு. 957ஆம் ஆண்டு கட்டப்பட்டது. வரலாற்றைப் புரட்டிப்

டெம்பிள் மவுண்ட் கோயில்

மன்னர் சாலமோன்

பார்த்தால் இக்கோயில் பலமுறை இடிக்கப்பட்டும், பின்னர் கட்டப் பட்டுமாக இருந்துள்ளது.

தற்போது இக்கோயில் இருந்த ஞாபகார்த்தமாக ஒரு சுவர் மட்டுமே காணப்படுகிறது. அதனையே யூதர்கள் வணங்கி வருவது குறிப்பிடத்தக்கது.

கடவுள் வானத்தையும் பூமியையும் இன்னும் பல கோள்களையும் படைத்தார். இவை அனைத்தையும் ஆளும் அதிகாரத்தை மனிதன் மீது நம்பிக்கை வைத்து அளித்தார்.

அப்போது கடவுள் மனிதனோடு நேரில் தொடர்பு கொண்டிருந்து அவனது துன்பங்களுக்கு உற்ற வழிகாட்டுதலைச் செய்து வந்தார். சில தீர்க்கதரிசிகள் மூலம் மனிதர்கள் வாழ வேண்டிய நல்ல வழிமுறைகளைக் கட்டளைகளாக அளித்தார்.

அதில் குறிப்பிடத்தக்கவர் சாலமோன். ஒன்றிணைந்த யூத - இஸ்ரேல் நாட்டின் மன்னர்களில் ஒருவர் என்று விவிலிய நூல்கள் குறிப்பிடுகின்றன.

இவர் 48 இறைவாக்கினருள் ஒருவர் என்கிறது யூத சமய நூல் தால்முத்.

மன்னர் தாவீது மற்றும் அரசி பத்சபா ஆகியோரின் மகனாகப் பிறந்தவர் சாலமோன். வட பகுதியாக இருந்த இஸ்ரயேலையும், தென் பகுதியாக இருந்த யூதத்தையும் ஒருங்கே இணைத்து வலுவான நாடாக மாற்றியவர் தாவீத்.

இவருக்கு முன்பாக சவுல் இஸ்ரேலின் மன்னராக இருந்தார்.

சவுல், தாவீத்திற்குப் பின்னர் அதன் மூன்றாவது மற்றும் கடைசி மன்னராக இருந்தவர் சாலமோன்.

சாலமோன் ஆட்சிக்குப்பிறகு அந்நாடு இஸ்ரேல் என்றும், யூத நாடு என்றும் தனித்தனியாகப் பிரிந்துவிட்டன.

சாலமோனின் ஆட்சிக் காலம் கி.மு. 970 முதல் கி.மு. 931 வரை என்று தெரிகிறது. சாலமோன் முதன்மையான இறைவாக்கினர் என்கிறது குர்ஆன்.

சாலமோன் மிகச் சிறந்த ஞானி என்கிறது விவிலியம்.

சாலமோன்தான் ஜெருசலேமில் புகழ்மிக்க ‘முதல் கோயில்’ கட்டினார். ‘டெம்பிள் மவுண்ட்.’ ‘மவுண்ட் சீயோன்’ என்றும் இக்கோயில் அழைக்கப்படுகிறது.

இது கி.மு. 900 ஆண்டுகளில் கட்டப்பட்டது. கி.மு. 586ஆம் ஆண்டு பாபிலோனியர்கள் இதனை இடித்து துவம்சம் செய்தனர். தீயிட்டுக் கொளுத்தினர். யூத இளைஞர்களை அடிமைகளாக்கி தங்கள் நாட்டிற்குக் கொண்டு சென்றனர்.

இதனால் யூதர்கள் நம்பிக்கை இழந்து விரக்தியின் எல்லைக்கே சென்றனர். மிகுந்த மனவேதனையில் தத்தளித்தனர். அப்போது தோன்றிய தீர்க்கதரிசிகள், 'தாவீதின் கோத்திரத்தில் இறைதூதர் 'மேசியா' தோன்றுவார். அவர் யூத நாட்டை சிறப்பாக ஆட்சி செய்வார். யூத மதத்தைக் கட்டிக் காப்பார். சாலமோன் கோயிலைத் திரும்பவும் கட்டி எழுப்புவார்' என்றனர்.

இது யூதர்களுக்குப் புத்துணர்ச்சியைத் தந்தது. ஒரு நம்பிக்கை உதித்தது. மன வலிமை கிடைத்தது. இறைதூதர் அரச வம்சத்தில் உதிப்பார் என்ற உறுதியான நம்பிக்கையோடு மீண்டும் வலிமை பெறத் தொடங்கினர்.

இந்நிலையில் பாபிலோனில் ஆட்சி மாற்றம் ஏற்பட்டது. அடிமையாக இருந்த யூதர்களுக்கு விடுதலையும் கிடைத்தது. கி.மு. 516ஆம் ஆண்டு மீண்டும் ஜெருசலேமில் சாலமோன் கோயிலைக் கட்டி எழுப்பினர்.

மீண்டும் கி.மு. 43ஆம் ஆண்டு யூதர்கள் மிகப் பெரிய கிளர்ச்சியில் இறங்கினர். ஆனால் அதுவும் ஆட்சியாளர்களால் அடக்கி ஒடுக்கப்பட்டது.

கி.மு. 20ஆம் ஆண்டு மகா ஏரோது என்பவர் ஜெருசலம் கோயிலை பெரிய அளவில் விரிவாகக் கட்டியெழுப்பினார். 'இரண்டாம் கோயில்' என்று பெருமையுடன் அழைக்கப்பட்ட இங்கு யூதர்களின் வழிபாடு மீண்டும் தொடங்கின.

இக்கோயில் கட்டுமானப் பணிகள் 46 ஆண்டுகளாக நடந்தது என்கிறது விவிலியம்.

இந்நிலையில் டைட்டஸ் என்னும் ரோமத் தளபதியின் தலைமையில் ஜெருசலத்திற்கு கி.பி. 70ஆம் ஆண்டு ரோமானியப் படை புகுந்து இந்த ஆலயத்தைத் தகர்த்தெறிந்தது. ஒரேயொரு சுவர் மட்டுமே அதிலிருந்து தப்பித்தது.

இந்த மேற்குச் சுவர்தான் இப்போதும் யூதர்கள் வழிபடும் புனிதக் கோயிலாக இருந்து வருகிறது. இந்த சுவற்றுக்குத் தான் அவர்கள் வழிபாடு செய்கின்றனர்.

தங்கள் கடவுளின் கட்டளைப்படி தேவதூதர் ஒருவர் இந்த மண்ணில் அவதரிப்பார் என்றும், இடிக்கப்பட்ட ஆலயத்தை அவர் மீண்டும் கட்டி எழுப்புவார் என்றும் யூதர்கள் இப்போதும் உறுதியாக நம்பிக்கொண்டிருக்கிறார்கள்.

இந்த நேரத்தில் ஒரு வரலாற்று உண்மையை நாம் மறுபடியும் நினைவில் கொள்ள வேண்டியது அவசியம். யூதர்கள் இயேசு பிரானை தங்கள் கடவுளின் ஆணைப்படி தோன்றிய இறைதூதர் என்பதை ஏற்க மறுத்தனர். யூதர்களின் கடவுள் 'யாவே' என்று அறியப்படுகிறது.

இந்நிலையில்தான் இயேசு கிறிஸ்து அவதரித்தார். இவர்தான் தங்களின் இறைதூதர் 'மேசியா' என்று சிலர் நம்பத் தொடங்கினர். ஆனால் மற்றவர்களோ இதை நம்பத் தயாராக இல்லை. தாவூதின் அரச குடும்பத்தில்தான் 'மேசியா' பிறப்பார் என்றும், தொழுவத்தில் பிறந்த இயேசு நிச்சயமாகத் தாங்கள் எதிர்பார்க்கும் 'மேசியா' கிடையாது என்றும் உறுதியாக நம்பினர்.

இயேசு யூத இனத்தைச் சார்ந்தவராக இருந்தும், அரச குடும்பத்தில் பிறக்காத காரணத்தால் அவரை 'மேசியா' என்று நம்ப மறுத்தார்கள்

இயேசுவிடம் மகா சக்தி இருந்ததையும், அதன்மூலம் மக்களுக்கு அவர் நற்போதனைகளை வழங்கியதையும் யூதர்களில் பலர் வெறுத்தனர். தங்களின் 'மேசியா' நிச்சயமாக அவதரிப்பார் என்றும், தன்னை இறைத்தூதர் என்று சொல்லிக் கொள்ளும் இயேசுவைக் கொன்றுவிட வேண்டும் என்றும் அவர்கள் துடித்தனர்.

ஜெருசலேத்தை ஆட்சி செய்த ரோமானியர்களிடம் இயேசுவுக்கு எதிரான கருத்துக்களைச் சொல்லி அவரைச் சிலுவையில் அறைந்து தங்கள் எண்ணத்தை நிறைவேற்றிக் கொண்டனர்.

இயேசுவைக் கொன்றவர்கள் யூதர்கள் என்ற கருத்து அப்போது உலகம் முழுவதும் வேகமாகப் பரவியது. இதுவே யூதர்கள் மீது உலக மக்கள் வெறுப்பு கொள்வதற்கும் காரணமாக அமைந்தது.

ஜெர்மானிய சர்வாதிகாரி ஹிட்லர் யூத மக்களை வெறுத்து, லட்சக்கணக்கான யூதர்களைக் கொன்று குவித்ததற்கு இதுவே முக்கிய காரணம்.

இதுமுதல் யூதர்கள் இன்றளவும் உலக மக்களால் வெறுத்து ஒதுக்கப்பட்டே இருந்து வருகிறார்கள். இன்றும் இயேசுவை தங்கள் தீர்க்கதரிசிகள் கூறிய 'மேசியா' என்பதை அவர்கள் ஏற்றுக் கொள்ளத் தயாராக இல்லை. எப்படியும் இறைத்தூதர் மேசியா பிறந்து வந்து தங்கள் கோயிலைக் கட்டி எழுப்புவார் என்று இன்றும் யூதர்கள் நம்பிக் கொண்டிருக்கின்றனர்.

இவரது ஆட்சிக் காலத்தில் புகழ்மிக்க கட்டடங்கள் பல கட்டப்பட்டன. பேரமைதி நிலவியது. செல்வம் செழித்தோங்கியது.

சேபா நாட்டு அரசியார் சாலமோனின் அறிவுத்திறனைப் பற்றிக் கேள்விப்பட்டு விலை உயர்ந்த பரிசுகளை வழங்கினார்.

இவருக்கு எழுநூறு அரசகுலப் பெண்கள் மனைவியராகவும், முன்னூறு பெண்கள் வைப்பாட்டிகளாகவும் இருந்தனர். சாலமோனின் முதுமை காலத்தில் இப்பெண்கள் அவரைத் தவறான வழியில் திருப்பிவிட்டனர்.

அதாவது வேற்றுத் தெய்வங்களை வணங்குமாறும், பின்பற்று மாறும் தூண்டிவிட்டனர். சீதோனியரின் தேவதையான அஸ்தரேத்தையும் அம்மோனியரின் அருவருப்பான மில்க்கோமையும் வழிபடலானார்.

இதனால் தனது தந்தை தாவீத் ஆண்டவரை முழுமையாகப் பின்பற்றியதைப் போல் இல்லாமல் இருந்துவிட்டார்.

'யாவே என்னும் உண்மைக் கடவுள் வழிபாட்டை மறந்து, தம் மனைவியரின் தெய்வங்களை வழிபட்டார் சாலமோன். சிலை வழிபாட்டை ஆதரித்தார். எனவே கடவுள் அவரைத் தண்டித்தார்' என்கிறது விவிலியம்.

சாலமோனின் இறப்புக்குப் பிறகு அவரது மகன் ரெகோபெயம் ஆட்சி செய்ததாக விவிலியம் கூறுகிறது. இவரது ஆட்சிக் காலத்தில் பெரும் புரட்சி ஏற்பட்டு இஸ்ரேல் இரண்டாக உடைந்து சிதறிப்போனது. கடவுள் கட்டளைகளை உதாசீனப் படுத்திய ரெகோபெயம், வேறு கடவுள்களைத் தொழ ஆரம்பித்தார். இதனால் இஸ்ரேல் மீது வேற்று நாட்டவர்கள் தாக்குதலைத் தொடுத்தார்கள்.

அடுத்த 150 ஆண்டுகளுக்குள் இஸ்ரேல் முழுவதும் வேற்று நாட்டவர்களுக்கு அடிமையானது.

அதாவது கி.மு. 705ஆம் ஆண்டு முதல் யூத சாம்ராஜ்யம் சரிந்து போனது.

பின்னர் கி.மு. 586ஆம் ஆண்டு யூத இனத்தைச் சேர்ந்த செதேக்கியா என்னும் மன்னனை பாபிலோன் மன்னன் சிறைப் பிடித்து, அவரது இரு மகன்களையும் படுகொலை செய்தான்.

இந்த வீழ்ச்சி யூத இனம் முழுவதையும் பெருமளவில் பாதித்தது. ஜெருசலேத்தில் இருந்த ஆலயம் இடிக்கப்பட்டு, பொன் பொருள் அனைத்தும் கொள்ளையடிக்கப்பட்டது. யூதர்களின் கலாச்சாரம் நசுக்கப்பட்டது.

இதன்பின்னர் யூதர்களின் ஆளுகை அந்நிய மன்னர்களின் அதிகாரத்தின் கீழ் கொண்டுவரப்பட்டது.

ஆனாலும் யூதர்கள் தங்களின் ஆலயத்தை மீண்டும் புதுப்பிக்க விரும்பி செருபாபேல், எஸ்றா, நெகேமியா போன்ற தலைவர்கள் வேறு சில மன்னர்களின் உதவியைப் பெற்று ஆலயத் திருப்பணியைத் தொடங்கினர்.

அப்போது யூத மக்கள் தங்கள் கடவுளை வணங்குவதை விட்டு வேறு தவறான பழக்கங்களில் ஈடுபட ஆரம்பித்தனர்.

இத் தலைவர்கள் கி.மு. 400ஆம் ஆண்டுகளில் யூதர்களின் தவறுகளைச் சுட்டிக்காட்டி மீண்டும் அவர்களைத் தங்கள் கலாச்சாரப் பாதைக்குக் கொண்டு வருவதில் கவனம் செலுத்தினர்.

இதனிடையே கிரேக்க மன்னர்களின் வழிபாட்டு முறைகளை இஸ்ரேலியர்கள் பின்பற்றுமாறு ஆட்சியாளர்கள் கட்டாயப் படுத்தினர். யூதர்களின் நடைமுறைகள் தவறான பழக்கமாகவும், அதனைக் கடைப்பிடிப்பது பெருங் குற்றமாகவும் கருதப்பட்டது.

தங்கள் கலாச்சாரத்தின் அடித்தளத்திற்கே ஆபத்து ஏற் பட்டுள்ளதை உணர்ந்த யூதர்கள் ஆத்திரமுற்றனர். ஆட்சியாளர் களுக்கு எதிராகக் கலகத்தில் ஈடுபட்டனர்.

இதனால் கிரேக்கர்கள் தாங்கள் திணிக்க முயன்ற நெருக்கடி யைக் குறைத்துக் கொண்டதால், யூதர்கள் மீண்டும் தங்கள் வழிபாட்டு முறைகளைத் தொடர முடிந்தது.

ஆனாலும் இது ரொம்ப காலத்திற்கு நீடிக்கவில்லை.

காரணம் அடுத்தபடியாக இவர்கள் ரோமானியர்களின் அதிகாரத்தின் கீழ் வந்தனர். அவர்கள் கிரேக்கர்களைவிடவும் மோசமாக நடந்து கொண்டனர். அடக்குமுறைகளைத் தாராளமாக ஏவிவிட்டனர். யூதர்கள் நசுக்கப்பட்டனர்.

ரோமானியர்களின் ஆட்சிதான் வரலாற்றின் முக்கிய நிகழ்வுகளுக்குக் காரணமாக அமைந்துவிட்டது.

அப்போதுதான் தேவதூதர் இயேசு பிரான் அவதரித்தார்.

யூத மதத்தில் உள்ள கண்மூடித்தனமான நம்பிக்கைகளை இயேசு ஏற்கவில்லை. இது யூதர்களுக்குப் பெரும் கோபத்தை வரவழைத்தது. அவரை எதிர்க்கத் தொடங்கினர்.

யூதர்களின் வரலாறு இப்படித்தான் அமைந்தது.

இயேசு மரித்த மூன்றாம் நாள் உயிர்த்தெழுந்ததை யூதர்கள் நம்பவே இல்லை. அப்போது மட்டுமல்ல இப்போதும் அவர்கள் அதை நம்பத் தயாராக இல்லை.

மோசஸால் தங்களின் குடியேற்றப் பகுதியாக அமைந்த இஸ்ரேல்தான் உலகின் புனித பூமி என்ற ஆழ்ந்த நம்பிக்கையை யூதர்கள் கொண்டுள்ளனர்.

அத்துடன் ஜெருசலம்தான் புனித நகரம் என்றும், அங்குள்ள சாலமன் கோயில்தான் புனிதத்தில் புனிதம் என்றும் நம்புகின்றனர்.

யூதர்கள்தான் உலகிலேயே புனிதமானவர்கள் என்றும், அவர்களிலும் 'வாவி' என்னும் இனத்தவர்களே மிகுந்த புனித மானவர்கள் என்னும் அசைக்க முடியாத நம்பிக்கையைக் கொண் டுள்ளனர். அதிலும் பூசாரிகளாக இருப்பவர்களே உயர்ந்தவர்கள் எனவும், அவர்களுள் தலைமை பூசாரியே புனிதத்திலும் புனிதமானவர் என்றும் உறுதியாக நம்புகின்றனர்.

விடுமுறை நாட்களை ரொம்பவும் புனிதமான நாட்களாகக் கருதும் யூதர்கள், 'சபாத்' என்னும் தங்களின் முக்கிய விடுமுறை நாள்தான் மிகப் புனிதமானது என்கின்றனர்.

உலகிலேயே தங்களின் தாய்மொழியான 'ஹீப்ரு'தான் புனிதமான மொழி என்று சாதிக்கிறார்கள். 'தோரா' தான் உலகின் புனிதமான நூல் என்று அடித்துச் சொல்லும் யூதர்கள், தங்கள் இறைத்தூதர் அருளிய 'பத்து கட்டளைகள்' மிகப் புனிதமானது என்றும் கூறுகின்றனர்.

இப்படித் தங்களைத் தாங்களே புனிதமானவர்களாகவும், உயர்ந்தவர்களாகவும் சொல்லிக் கொள்ளும் யூதர்கள், பல்வேறு காலக்கட்டங்களில் பல்வேறு இனத்தவர்களால் அடித்துத் துரத்தப் பட்டார்கள். அவர்களின் சொந்த பூமியான இஸ்ரேலில் அவர்கள் நிம்மதியாகவே காலங்கழிக்க முடியாத நிலை ஏற்பட்டது. தாய்

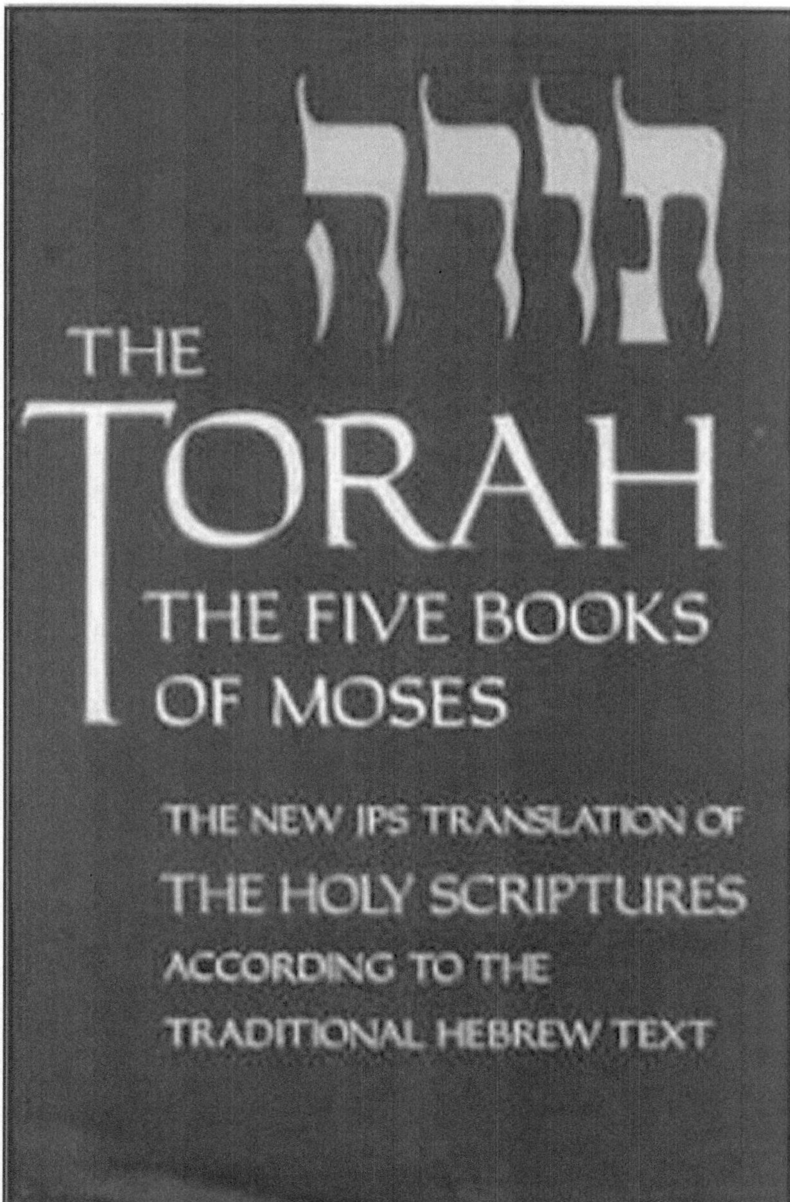
תורה
THE
TORAH
THE FIVE BOOKS
OF MOSES
THE NEW JPS TRANSLATION OF
THE HOLY SCRIPTURES
ACCORDING TO THE
TRADITIONAL HEBREW TEXT

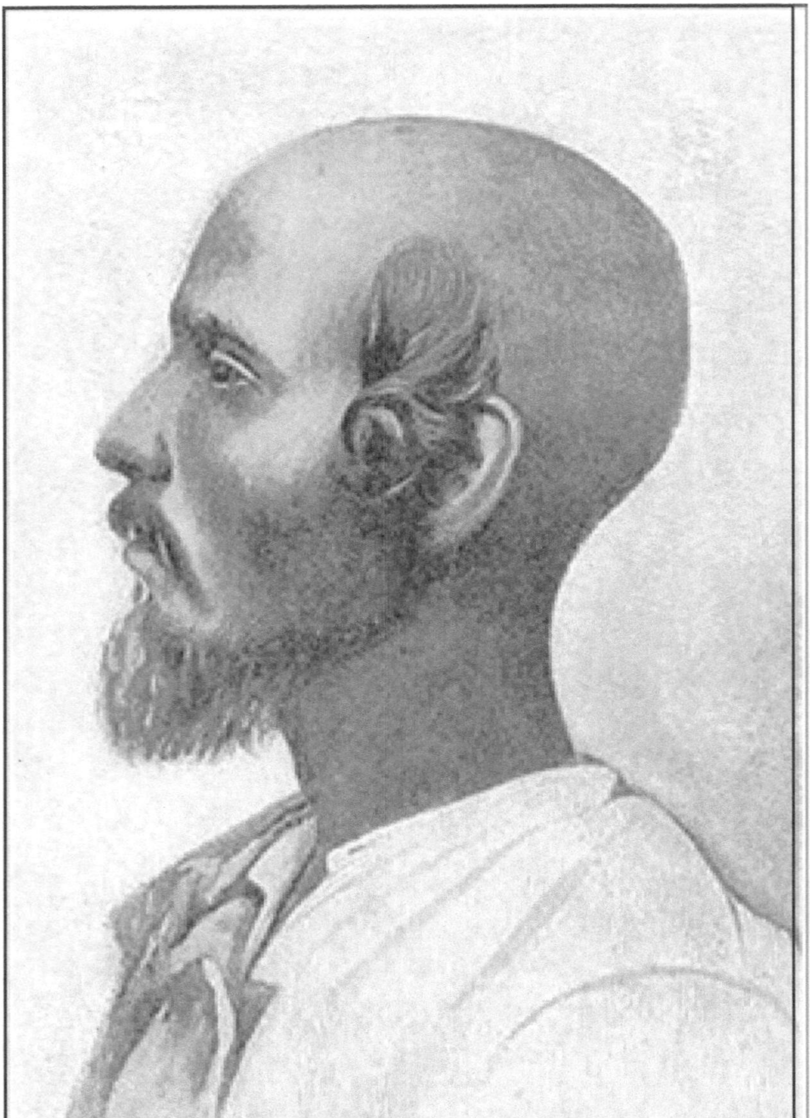

கொச்சின் யூதர்

மண்ணில் இருந்து வெளியேறி எங்கெங்கோ வாழ வேண்டிய நிர்ப்பந்தம் அவர்களுக்கு ஏற்பட்டது.

எனினும் தங்கள் இனத்தின் மீதும், தங்கள் கடவுள் தூதரின் அருள்வாக்கின் மீதும் அபரிமிதமான நம்பிக்கையைக் கொண்ட யூதர்களுக்கு, இரண்டாம் உலகப் போர் முடிவடைந்தபோது இங்கிலாந்து புது வாழ்வு அளித்தது. மீண்டும் இஸ்ரேல் நாடு அவர்கள் வசம் அளிக்கப்பட்டது.

இஸ்ரேல் நாட்டை அவர்களுக்கு வழங்கிய பாலஸ்தீனர்கள், பின்னர் நாடோடிகளாக மாற வேண்டிய சூழலை யூதர்கள் ஏற்படுத்திவிட்டனர். இப்போதும் யூதர்களால் இஸ்ரேலில் நிம்மதியான வாழ்வை வாழ முடியவில்லை என்பதே உண்மை.

யூதர்களுக்கும், கிறிஸ்தவர் மற்றும் இஸ்லாமியர்களுக்கும் பல வகையில் ஒற்றுமை இருக்கிறது. யூதர்களின் வேத நூலாக விளங்கும் தோரா, சிறிய மாறுபாடுகளுடன் கிறிஸ்தவர்களின் புனித நூலான பைபிளிலும் பழைய ஏற்பாடாக இருந்து வருகிறது. மட்டுமல்லாமல் இஸ்லாமியர்களின் புனித நூலான குர்ஆனிலும் இதன் கதைகள் இடம்பெற்றுள்ளன.

இம்மூன்று மதங்களும் ஆதாம் - ஏவாள் கடவுளால் உருவாக்கப்பட்ட முதல் மனிதப் பிறவிகள் என்பதை ஏற்றுக் கொண்டுள்ளன.

ஈராக் என்று இன்று அழைக்கப்படும் மெசபடோமியாவில் இருந்து புறப்பட்ட ஆபிரகாம், கானான் என்று அழைக்கப்பட்ட இன்றைய பாலஸ்தீனப் பகுதிக்குச் சென்று வசிக்கத் தொடங்கியதை இம்மூன்று மதங்களுமே ஒப்புக் கொள்கின்றன.

மூன்று மதங்களின் புனிதத் தலமாக இன்றும் விளங்கி வருகிறது ஜோர்டான் நாட்டிலுள்ள மெக்பெலா என்னும் குகை. ஹெப்ரான் என்னும் இடத்தில் உள்ள இக்குகையில்தான் முதன் முதலாகத் தோன்றியதாக நம்பப்படும் ஆதாம், ஏவாள் அடக்கம் செய்யப்பட்டதாகக் கூறப்படுகிறது.

இதே குகையில்தான் சாராவும், பின்னர் ஆபிரகாமும் புதைக்கப்பட்டதாகவும் நம்பப்படுகிறது.

நோவா, ஆபிரகாம், மோசஸ் உள்ளிட்ட தீர்க்கதரிசிகள் உதித்து, கடைசியாகத் தோன்றிய தீர்க்கதரிசிதான் இயேசு கிறிஸ்து. இயேசுவிற்கு முன்னர் தோன்றிய தீர்க்கதரிசிகள் யாரும் தனியாக மதம் எதனையும் நிறுவவில்லை.

எனவே யூத மதம் மட்டுமே தனி ராஜ்யம் நடத்தி வந்தது. அன்றைய காலக்கட்டத்தில் கிரேக்க, ரோமானியர்களின் மத வழிபாடுகளும், அரேபியாவின் சிறு தெய்வ வழிபாடுகளும் இருந்த போதிலும் ஒழுங்காக வடிவமைக்கப்பட்டு, 'ஒரே கடவுள் என்னும் உருவ வழிபாடற்ற மதமாக இருந்தது யூத மதம் மட்டுமே.

யூதர்களின் புனித நூலான 'தோரா' எழுதப்பட்டது அவர்களின் தாய் மொழியான 'ஹீப்ரு' மொழியில்தான். இம் மொழியை 'எபிரேயு என்கிறது பைபிள். இருப்பினும் இம்மொழி முக்கிய இடத்தை வகிக்கவில்லை என்பது குறிப்பிடத்தக்கது. காரணம் யூதர்கள் பெரும்பாலும் அவர்கள் வாழ்ந்த பகுதிகளில் பேசப்பட்ட மொழிகளையே பயன்படுத்தி வந்தனர். எனவே காலப் போக்கில் ஹீப்ரு மொழி இறந்துபடத் தொடங்கியது.

19ஆம் நூற்றாண்டின் இறுதிகளில்தான் யூதர்கள் தங்கள் ஹீப்ரு மொழியை மீட்டெடுக்கும் முயற்சியில் இறங்கினர். தங்களுக்கு என்று ஒரு நாட்டை அமைத்துக் கொள்ள ஒரு மொழி அவசியம் என்பதை உணர்ந்த பின்னரே ஹீப்ருவைத் தோண்டி எடுத்தார்கள்.

ஹீப்ரு மொழியைப் பள்ளிகளில் போதனா மொழியாக அறிவித்தார்கள். 1913ஆம் ஆண்டு பாலஸ்தீனத்தில் இம்மொழியின் தாக்கம் அதிகமாகியது. 1948ஆம் ஆண்டு சுதந்திரம் பெற்றதும், ஹீப்ருவை தேசிய மொழியாக அங்கீகரித்தார்கள்.

தற்போது யூதர்கள் வசிக்கும் இஸ்ரேலில் ஹீப்ரு மொழி ஆட்சி மொழியாக உள்ளது. பழைய கலாசசாரம், பண்பாடு, வழிபாட்டு முறைகளைக் கடைப்பிடிக்கத் தொடங்கி, இன்றும் பின்பற்றி வருகிறார்கள்.

விவசாயம், தொழில் நுட்பம், போர்த் தந்திரம் போன்றவற்றில் இன்று யூதர்கள் உலகிலேயே மிகச் சிறந்தவர்களாகத் திகழ்ந்து வருகிறார்கள். பல நூறு ஆண்டுகளாக யூதர்களை விரோதிகளாக நினைத்து, அந்த இனத்தையே அழித்து வந்த மேற்கத்திய நாடுகள் இன்று இஸ்ரேலின் வளர்ச்சியில் அதிக அக்கறை கொண்டவர்களாக மாறியுள்ளனர்.

உலக மக்கள் தொகையில் யூதர்கள் 0.25 சதவீதம் என்ற அளவில் மிகச் சிறுபான்மையினராகத்தான் இப்போது உள்ளனர்.

அமெரிக்க மக்கள் தொகையில் 3 சதவீதம் பேர் யூதர்கள். ஆனால் உலகின் மிகச் சிறந்த விருதாக விளங்கும் நோபல் பரிசைப் பெற்ற யூதர்கள் 27 சதவீதம் பேர்.

யூதர்களில் 42 சதவீதம் பேர் இஸ்ரேலில் வசிக்கின்றனர். மேலும் 42 சதவீதம் பேர் அமெரிக்காவிலும், மீதமுள்ளவர் ஐரோப்பா உள்ளிட்ட பிற நாடுகளிலும் வசிக்கின்றனர்.

செஸ் என்னும் அறிவுத்திறன் வாய்ந்த விளையாட்டில் உலகில் பாதிக்குப் பாதிப் பேர் யூதர்கள்தான்.

இந்தியாவிலும் யூதர்கள் வசித்து வருகிறார்கள். மும்பை, புனே, அகமதாபாத் ஆகிய நகரங்களில் வசிக்கும் இவர்கள் 'இஸ்ரேலின் மைந்தர்கள்' என்று அழைக்கப்படுகிறார்கள்.

2 ஆயிரத்து 100 ஆண்டுகளுக்கு முன்பு அலிபாக் என்னும் கடற்கரையில் ஏழு கப்பல்களில் இவர்கள் வந்திறங்கியதாகக் கூறப்படுகிறது. இவர்களின் வழக்கு மொழியாக மராத்தி இருக்கிறது.

கேரளாவின் மலபார் பகுதிகளிலும் இவர்கள் வசித்து வருகிறார்கள். 'கொச்சின் யூதர்கள்' என்னும் இவர்கள் பெரும்பாலும் கறுப்பு நிறத்தவர்களாக இருப்பதால் 'கறுப்பு யூதர்கள்' என்றும் அழைக்கப்படுகிறார்கள். மன்னர் சாலமோன் காலத்தில் இவர்கள் இங்கு வந்ததாக நம்பப்படுகிறது.

ஐரோப்பாவின் ஸ்பெயின், ஹாலந்து போன்ற நாடுகளில் இருந்து கோவாவிற்குப் புலம்பெயர்ந்து வந்த இவர்கள் 'வெள்ளை யூதர்கள்' என்று அழைக்கப்படுகின்றனர். கொல்கத்தாவிலும் இவர்கள் வசித்து வருகின்றனர்.

அமெரிக்காவில் வசித்து வரும் யூதர்களின் சமூகத்தில் பெண்கள் சார்ந்த சடங்குகள் விநோதமாக இருந்து வருகிறது.

மாதவிடாய் முடிந்த பின்னர் குளிப்பதற்காகப் பெண்களுக்குத் தனிக் குளியல் அறைகள் உள்ளன. மத சம்பிரதாயப்படி ஒரு தொட்டியில் மழை நீர் சேகரிக்கப்பட்டு யூத முறைப்படி குளியல் நடைபெறுகிறது. சம்பிரதாயப்படி அவர்கள் குளிப்பதை உறுதி செய்வதைக் கவனிப்பதற்காக தனியாக ஒரு பெண் நியமிக்கப்படும் முறையும் உண்டு.

குளிப்பதற்கு முன்பு அழுக்குப்படிந்த நகங்கள் வெட்டப் படுகின்றன. அழுக்குப்படிந்த கேசங்களும் மழிக்கப்படுகின்றன. இதை 'மிக்விக்' என்றும், 'டகாரா' என்றும் கூறுகின்றனர்.

'மிக்விக்' என்றால் 'நீர் சேகரித்தல்' என்றும், 'டகாரா' என்றால் 'புனிதச் சடங்கு' என்றும் பொருள்.

மாதவிடாய்க் காலங்களில் கணவனைத் தொடுவதோ, ஒரே படுக்கையில் படுத்து உறங்குவதோ மறுக்கப்படுகிறது. நம் கிராமங்களில் இந்த வழக்கம் இன்றும் இருந்து வருவது குறிப்பிடத்தக்கது.

பிரசவத்திற்குப் பிறகு பெண் உடல் தீட்டாகக் கருதப்படுகிறது. புனித நீராட்டல் முடிந்த பிறகே அவள் தூய்மை அடைகிறாள்.

திருமணமான பெண்கள் மொட்டை அடித்துக் கொள்ளும் பழக்கம் ஆரம்ப காலத்தில் இருந்தது. பின்னர் 19ஆம் நூற்றாண்டில் இது சற்று மாறி, தங்கள் தலைமுடியை மறைப்பதற்காக 'பொய் முடி' (விக்) வைத்துக் கொண்டார்கள். அதாவது யூத குலப் பெண்கள் தங்கள் தலைமுடியை மற்றவர்கள் மட்டுமல்லாமல் தங்கள் கணவன் பார்ப்பதற்குக்கூட அனுமதிப்பது கிடையாது.

திருமணமான பெண்கள் ஒருவகையான தொப்பி, ஸ்கார்ப் போன்றவற்றால் தங்கள் தலையை மறைத்துக் கொள்ளும் பழக்கம் இன்றும் இருந்து வருகிறது.

யூதர்கள் தங்கள் கோயிலில் பெட்டி ஒன்றை வைத்துக் கும்பிட்டனர். அதனுள் எகிப்தில் இருந்து வெளியேறும்போது யூத மக்களுக்கு அவர்களின் கடவுள் யாவே அளித்த ஒப்பந்தம் கல்வெட்டாக செதுக்கி வைக்கப்பட்டுள்ளதாகக் கூறப்படுகிறது.

தற்போது கோயிலின் மேற்குச் சுவர் மட்டுமே எஞ்சி இருப்பதால் அதையே யூதர்கள் வணங்கி வருகின்றனர். பழைய ஏற்பாட்டில் குறிப்பிடப்பட்டுள்ள சில வரிகளை அக்கோயிலின் சுவர் புறமாக நின்று கொண்டு படிப்பதுதான் அவர்களின் தற்போதைய வழிபாட்டு முறையாக உள்ளது.

புராட்டஸ்ண்ட் பிரிவினர் மதிக்கும் வேதாகமத்தின் பழைய ஏற்பாட்டையே யூதர்கள் மதித்துப் போற்றி வருகின்றனர்.

இஸ்லாமியர்களின் ஒரே கடவுள் கொள்கையை அப்போதே யூதர்கள் கடைப்பிடித்து வருகின்றனர். தொழுகை செய்வதிலும் இஸ்லாமியர்கள் யூதர்களை ஒத்தே இருக்கின்றனர். கீழே அமர்ந்து நமஸ்கரிக்கிறார்கள்.

'அஸ்லாம் அலைக்கும்' என்பது இஸ்லாமியர்களின் வாழ்த்து மொழி. அதை ஹீப்ருவில் மொழி பெயர்த்தால் 'சாலோம் அலைக்கும்' என்று வருகிறது. இப்போதும் யூதர்கள், 'சாலோம் அலைக்கும்' என்றே ஒருவருக்கொருவர் சந்திக்கும் போது கூறிக் கொள்கிறார்கள்.

3

'தாவீதின் மரபில் பிறக்கும் மீட்பர் ஒருவரால் இறைவனின் மீட்புத் திட்டம் செயல்படும்' என்று கிறிஸ்து பிறப்பதற்கு முன்பு, அதாவது கி.மு. 8ஆம் நூற்றாண்டில் யூதர்களின் தீர்க்கதரிசிகளான ஆமோஸ், இசையாஸ் போன்றோர் மக்களுக்கு அறிவித்தனர்.

அவ்வாறான மீட்பர் 'மேசியா' என்றும் அவர்கள் உறுதியாகத் தெரிவித்தனர்.

அன்றைய காலக்கட்டத்தில் இருந்த இறைவாக்கினர்களில் அருளப்பர் மட்டும் வித்தியாசமானவராக இருந்தார். பழைய மற்றும் புதிய ஏற்பாடுகளை இணைத்து கிறிஸ்துவத்திற்கு நல்ல அடித்தளம் அமைத்தார்.

பழைய ஏற்பாடு என்பது இறைவனை மையப்படுத்தி அமைந்தது. புதிய ஏற்பாடு மனிதனை மையப்படுத்தி உருவானது.

அருளப்பர் காலம் வரை பழைய ஏற்பாடு என்றும், அதன் பின்னர் புதிய ஏற்பாடு என்றும் கருதப்படுகிறது.

கிறிஸ்தவம் - கத்தோலிக்கம்

இயேசு கிறிஸ்துவின் வருகையை மக்களுக்கு அறிவித்தவர் என்னும் பெருமை அருளப்பரையே சாரும்.. இயேசு பிரானுக்கு தண்ணீரால் திருமுழுக்கு அளித்தவரும் இவரே. இதனால் இவர் 'ஸ்தாபகர்' என்றும், 'திருமுழுக்கு அருளப்பர்' என்றும் மக்களால் அழைக்கப்பட்டார்.

அருளப்பரின் நடவடிக்கைகளைப் பார்த்த மக்கள் தீர்க்கதரிசிகள் அறிவித்த 'மெசியா' இவர்தான் என்று நம்பத் தொடங்கினர்.

ஆனால் தன்னடக்கத்துடன் இதனைத் திட்டவட்டமாக மறுத்தார் அருளப்பர். 'மேசியாவாக இருக்கும் தகுதி எனக்குச் சிறிதும் கிடையாது. அதற்குத் தகுதியான ஒருவர் மிக விரைவில் பிறப்பார்' என்று ஆரூடம் கூறினார்.

தாவீதின் மன்னர் குடும்பத்தில்தான் மேசியா என்னும் மீட்பர் பிறப்பார் என்றே எல்லோரும் நம்பிக்கொண்டிருந்தனர். இதனால் அங்கிருந்த பெண்கள் அனைவரும் தங்கள் வயிற்றில் மெசியா பிறக்க வேண்டும் என்று தீவிர பிரார்த்தனை செய்தனர்.

ஆனால் இறை சித்தம் வேறாக அமைந்துவிட்டது.

மன்னர் குடும்பத்தைச் சாராத பெண்மணியான மரியாள் வயிற்றில் சிசு உருவானது.

உலகின் முதல் பெண் ஏவாள், ஆதாமுடன் இணையக் கூடாது என்பது கடவுளின் கட்டளை. ஆனால் அதனை உறுதியாகப் பின்பற்றாமல் தவறு செய்தாள்.

ஆனால் உலகின் இரண்டாவது பெண்மணியான மரியாள், கடவுளின் கட்டளைக்கு அடிபணிந்தாள். ஆகவே கடவுளின் ஆவி மரியாள் மீது படர்ந்து, அவள் வயிற்றில் கருவைச் சுமக்கச் செய்தது. சிசு உருவானது.

இந்த உண்மையை அறியாத மரியாளின் கணவர் சூசை, மனம் வருந்தினார். இதனைப் புரிந்து கொண்ட இறைவன், வான தூதர்களை அனுப்பி உண்மையை சூசைக்கு விளக்கச் செய்தார். அதன்பிறகே அவரும் சித்தம் தெளிந்தார்.

சூசையும், மரியாளும் ரோமானியப் பேரரசின் ஆளுகைக்கு உட்பட்ட பெத்லகேம் நகருக்கு இடம்பெயர்ந்தனர். அங்கு அவர்கள் தங்குவதற்குச் சரியான இடம் கிடைக்கவில்லை. வேறு வழியின்றி மாடுகள் கட்டப்படும் தொழுவத்தில் தங்க வேண்டிய நிர்ப்பந்தம் ஏற்பட்டது.

மேரி மாதா

மேரி மாதாவும் குழந்தை இயேசுவும்

அங்குதான் மெசியா பிறந்தார்.

அங்குதான் இயேசுநாதர் அவதரித்தார்.

அங்குதான் தேவதூதனை மரியாள் பெற்றெடுத்தாள்.

குழந்தை வளர்ந்தது. அவர்தான் மேசியா என்பது கி.பி.2ஆம் நூற்றாண்டில் அறிவிக்கப்பட்டது.

தனது பன்னிரெண்டாவது வயதில் ஜெருசலேமில் போதகர்கள் நடுவே அமர்ந்து அவர்களுக்குச் சரிசமமாக இயேசு பேச்சுவார்த்தையில் கலந்துகொண்டார்.

முப்பதாவது வயதில், இறைப் பணியைச் செய்யப் போவதாக இயேசு அறிவித்தார்.

அருளப்பர் அவருக்கு திருமுழுக்கு என்னும் ஞானஸ்நானம் செய்து வைத்தார். அப்போது கடவுள் புறா வடிவில் வந்து அவர் மீது அமர்ந்தார். இதன் பின்னர் நாற்பது நாட்கள் உண்ணா நோன்பிருந்தார் இயேசுபிரான்.

இந்நிலையில்தான் சாத்தான் விழித்துக் கொண்டது. ஊழியம் செய்வதற்காகப் புறப்பட்டிருக்கும் இயேசுவை சந்தேகப் பார்வையால் பார்த்தது.

'யார் இந்தப் புதியவன்? உலகிற்குக் கெடுதலைச் செய்து கொண்டும், உலக மக்களை நசுப்பித்துக் கொண்டும் இருக்கும் நிலையில், அவர்களைக் காப்பாற்றி நல்வழிப்படுத்துவதற்காகக் கிளம்பி இருக்கும் இப்புதிய மனிதன் யார்?' என்று குழப்பத்துடன் இயேசுவை சாத்தான் அணுகியது.

இறைச் சேவையைச் செய்யவிடாமல் தனது வழிக்கு அவரைத் திருப்பிவிட வேண்டும் என்று கங்கணம் கட்டியது. அதற்காக சில தந்திரங்களைப் பிரயோகித்துப் பார்த்தது.

சுவையான உணவு, உலக சுகபோகங்கள், பெரும் புகழ் போன்றவற்றைக் காட்டி அவரை மயக்க முயற்சி மேற்கொண்டது.

ஆனால் விடுதலைப் பணியில் மட்டுமே நாட்டமுள்ள இயேசு, இத்தகைய கீழ்த்தரமான மயக்கங்களுக்குத் தன்னை விலை போக மறுத்துவிட்டார்.

சிறைப்பட்டோரை விடுவித்தார். பார்வையற்றோர்களுக்கு பார்வையை வழங்கினார். அடிமைத் தளையை உடைத்தார். ஒடுக்கப்பட்டோருக்கு உரிமைகளை அளித்தார்.

இவ்வாறாக அவரது விடுதலைப் பணி வேகமாக வளர்ந்தது.

இதன் பின்னர் இவரது சீடரானார் அருளப்பர்.

பழம்பெருமை பேசித் திரிதல், முட்டாள்தனமான பாரம்பரிய பழக்க வழக்கங்கள் போன்றவற்றிற்கு எதிராகக் குரல் கொடுத்தார் இயேசு பிரான்.

அநீதிகளைப் பார்த்தும் பாராமுகமாக இல்லாமல் அதனைப் பகிரங்கமாகவே கண்டித்தார்.

பெரிய மனிதன் என்னும் போர்வையைப் போர்த்திக் கொண்டு சிறுமைகளைச் செய்யும் சுயவர்களின் போலித்தனத்தைத் தோலுரித்துக் காட்டினார்.

இவ்வாறு தவறுகளுக்கு எதிராகத் துணிச்சலுடன் போராடிய இயேசு, மக்கள்பால் மிகுந்த அன்பு செலுத்தினார். அவர்களைப் பரிவுடன் நடத்தினார். அவர்களிடம் பாசத்தைக் கொட்டினார்.

இயேசு கிறிஸ்துவிடம் மக்களுக்கு ஏற்பட்ட நோய் நொடிகளைக் குணப்படுத்தும் சக்தி இருந்தது.

இயற்கையை வெல்லும் அற்புத சக்தி அவரிடம் நிறைந்து காணப்பட்டது.

மரணத்தை வெல்லும் சக்தி இருந்தது.

இவற்றுக்கெல்லாம் கொடுமைகளை இழைத்து வந்த சாத்தானை வெல்லும் சக்தி அவரிடம் இருந்தது.

இயேசு ஒரு சமூகப் புரட்சியாளராகச் செயல்பட்டார். எதையும் வீராவேசமாகப் பேசி, மற்றவர்களைக் கவர்ந்துவிட்டு, அப்புறம் எங்கோ காணாமல் போய்விடும் சாதாரண மனிதனாக அவர் இருக்கவில்லை.

எதைச் சொன்னாரோ அதைச் செயலிலும் காட்டினார்.

இவரது இத்தகைய பண்பும், உழைப்பும், உண்மையும், நேர்மையும் ஏராளமான மக்களின் அன்பைப் பெறுவதற்கு உதவின. அவரைப் பின்பற்றுவோரின் எண்ணிக்கை நாளுக்குநாள் பன்மடங்கு அதிகரித்துக் கொண்டே இருந்தது.

இவ்வாறு ஏராளமான விசுவாசிகளை அவர் ஈர்த்து வந்த நிலையில், யூதர்கள் மட்டும் இவரை 'மேசியா' என்று நம்பத் தயாராகவே இல்லை.

மன்னர் குலத்தில்தான் மேசியா பிறப்பார் என்றும், சாதாரண குடும்பத்தில், அதிலும் மாட்டுத் தொழுவத்தில் பிறந்தவர் நிச்சயமாக மேசியாவாக இருக்க முடியாது என்றும் அவர்கள் உறுதியாகக் கூறினார்கள்.

இதனால் இயேசுவை அவர்கள் இறைத் தூதராக ஏற்றுக் கொள்ள மறுத்தனர்.

அப்போது ரோமானியர்களின் ஆட்சி அங்கு நடைபெற்று வந்தது. யூதர்களை அவர்கள் அடக்கு ஒடுக்கி வந்தபோதிலும், இயேசுவைப் பற்றித் தவறான எண்ணத்தை ரோமானிய அதிகார வர்க்கத்திடம் யூதர்கள் தெரிவித்து வந்தனர். அதனை நஞ்சு என்று அறியாமல் ரோமானியர்களும் முழுமையாக நம்பினர்.

'இயேசு தேசத்திற்குத் துரோகம் இழைப்பவராக நடந்து வருகிறார். மதத்திற்கும் தீங்கிழைப்பவராக அவரது நடவடிக்கைகள் அமைந்துள்ளன. அவர் ராஜதுரோக நடவடிக்கைகளில் இறங்கி வருகிறார். எனவே இயேசுவிற்கு மரண தண்டனை அளிக்க வேண்டும்..'

இதுதான் யூதர்களின் எண்ணமாக இருந்தது. இதனை ரோமானியப் பேரரசும் நம்பி ஏற்றுக் கொண்டது.

இயேசு கைது செய்யப்பட்டார். துன்புறுத்தப்பட்டார். சித்ரவதை செய்யப்பட்டார். கொடுமைக்கு ஆளாக்கப்பட்டார்.

கடைசியில் சிலுவையில் அறையப்பட்டார் இயேசுபிரான்.

மரணம் அவருடன் கைகுலுக்கியது.

இயேசு கிறிஸ்து சுமந்த சிலுவையின் எடை 150 கிலோ. இதன் நீளம் 15 அடி. அகலம் 8 அடி.

தன் மரணத்தால் உலக மீட்புக்கு விடுதலை அளித்தார் இயேசுநாதர்.

ஆனால் மரணிப்பதற்கு முன்பு தனது சீடர்களிடம், மரித்த மூன்றாம் நாள் உயிர்த்தெழுவதாக உறுதிபடக் கூறினார்.

அதேபோல மரித்த மூன்றாம் நாள் உயிர்த்தெழுந்தார். தனது சீடர்களுக்குக் காட்சி அளித்தார். அத்துடன் நாற்பது நாட்கள் இந்த உலகில் அவர் உயிர் வாழ்ந்தார்.

அப்போது தன் கூடவே இருந்து பயிற்சி பெற்றவர்களை 'அப்போஸ்தலர்'களாக நியமித்தார். மேலும் தான் நிறுவும் திருச்

சபையின் தலைமைப் பொறுப்பினை அவரது சீடர்களில் ஒருவரான ராயப்பருக்கு வழங்கினார். அத்துடன் இவ்வுலகம் உள்ளவரை திருச்சபையுடன் கூடவே இருப்பதாகவும் வாக்களித்த இயேசுபிரான் விண்ணுலகை அடைந்தார்.

அவர் மரித்த பின்னர் அவரது சீடர்கள் அச்சத்துடன் இருந்தனர். அவர்கள் உயிருக்கும் ஆபத்து நேரிடும் என்பதை உணர்ந்து அறைக்குள்ளேயே முடங்கிக் கிடந்தனர்.

ஜெருசலேமில் நடந்த பண்டிகைக்காக மக்கள் பெருமளவில் திரண்டபோது சீடர்கள் மக்களோடு மக்களாகக் கலந்து அங்கே சென்றனர்.

ராயப்பர் மட்டும் துணிச்சலுடன் இயேசுவின் நற்செய்தியை அறிவித்தார். இதனால் மகிழ்ந்துபோய் 3 ஆயிரம் பேர் திருச்சபையில் தங்களை இணைத்துக் கொண்டனர். திருமுழுக்கு பெற்றனர்.

கத்தோலிக்க திருச்சபை தோன்றியது.

துணிச்சல் அடைந்த சீடர்கள் இயேசுவின் கட்டளைப்படி திசைக்கொருவராகப் பயணித்து, பல்வேறு நாடுகளுக்கும் சென்று மக்களை திருச்சபையில் இணைத்தனர்.

ரோமைத் தலைமைப் பீடமாகக் கொண்டு திருச்சபை நிறுவப்பட்டது. இதனால் 'ரோமன் கத்தோலிக்க திருச்சபை' என்ற பெயரும் இதற்கு சூட்டப்பட்டது.

இயேசுவின் போதனையை அடிப்படையாய் கொண்டு 'இயேசுவே கிறிஸ்து' என்று வெளிப்படையாக அறிக்கை செய்வதே "கிறிஸ்தவம்" அல்லது "கிறிஸ்தவன்" என்கிறது "வெப்ஸ்டர்" என்னும் வேத விளக்கவுரை. இயேசு கிறிஸ்துவை பின்பற்றினவர்களுக்கு "கிறிஸ்தவர்கள்" என்ற பெயர் அந்தியோகியாவில் வழங்கப்பட்டது.

இயேசுவை, 'மெசியா' என்றும் 'கிறிஸ்து' என்றும் அழைத்தனர். இதன் பொருள் 'திருப்பொழிவு பெற்றவர்' என்பதாகும்.

மெசியா என்னும் சொல் எபிரேய மொழியில் இருந்தும், கிறிஸ்து என்னும் சொல் கிரேக்க மொழியில் இருந்தும் பிறந்தன.

கத்தோலிக்கம் என்பது திருவழிபாடு, இறையியல், அறநெறிக் கொள்கைகள் போன்றவற்றிற்காகப் பயன்படுத்தப்படும் சொல் என்றாலும் குறிப்பாக அது கிறிஸ்தவர்கள் மற்றும் கிறிஸ்தவத்தைக் குறிப்பிடுவதற்காகவே பயன்படுகிறது.

முதலாம் நூற்றாண்டில் இருந்து கிறிஸ்தவ சபைகளைக் குறிப்பதற்காக இச்சொல் பயன்படுத்தப்பட்டு வருகிறது.

கத்தோலிக்க மதம் எப்போது தோன்றியது?

இதன் ஆரம்பகால வரலாற்றைப் புரட்டினால் நான்காம் நூற்றாண்டில்தான் இது தோன்றியதாக வரலாற்றுச் சான்றாளர் கள் தெரிவிக்கின்றனர்.

அன்றைய காலக்கட்டத்தில் ரோமாபுரி சாம்ராஜ்யத்தின் சக்ரவர்த்தியாகத் திகழ்ந்தவர் கொன்ஸ்டன்டைன். இயேசுவின் மீது அப்போது அவருக்கு பற்று ஏதும் கிடையாது. ஆனாலும் ஏனைய ரோமாபுரி வேந்தர்களைப் போலவே அவரும் பல்வேறு நாடுகளுடன் போர் தொடுத்துக் கொண்டுதான் இருந்தார்.

இந்நிலையில் ஒரு முக்கியமான போரில் அவர் ஈடுபட இருந்தார். அதில் வெற்றி பெற்றே ஆக வேண்டும் என்ற நெருக்கடி வேறு அவருக்கு இருந்தது.

போர் தொடங்குவதற்கு முன்பாக இரவில் கனவு ஒன்று அவருக்கு வந்தது. ‘சிலுவை குறி பொறிக்கப்பட்ட கவசத் தொப்பியை அணிந்து போரிட்டால் வெற்றி நிச்சயம்’ என்பதாக அக்கனவு அமைந்தது.

கனவு என்று அதனைக் கழற்றிவிடாமல், அப்படியே சிலுவைக் குறி பொறிக்கப்பட்ட கவசத் தொப்பியை அணிந்து கொண்டு போர் புரிந்தார்.

ஆச்சரியப்படும் வகையில் அந்தப் போரில் மகத்தான வெற்றி கொன்ஸ்டன்டைனுக்குக் கிடைத்தது.

நிச்சயமாக இக்கனவுதான் வெற்றியைப் பெற்றுத் தந்ததாக அவர் உறுதியாக நம்பினார். இச்சிலுவை அடையாளம் கிறிஸ்தவ மதத்தோடு சம்பந்தப்பட்டது என்பதை அறிந்தார். கிறிஸ்தவர்கள் வணங்கும் இயேசு கிறிஸ்துதான் தனது வெற்றிக்குக் காரணமானவர் என்ற நம்பிக்கையும் அழுத்தமாகப் பதிந்தது.

இதற்கு விசுவாசமாக ஏதாவது செய்ய வேண்டும் என்று விரும்பினார். தனது சாம்ராஜ்யத்தின் மதமாக கிறிஸ்தவம் விளங்க வேண்டும் என்று ஆணை பிறப்பித்தார்.

அதுமுதல் கிறிஸ்தவம் அதிகாரப்பூர்வமான மதமாக மாறியது. அவரது சாம்ராஜ்யத்தின் தலைநகர் ரோம் அதன் தலைமை இடமாகவும் அமைந்தது.

திருச்சபை

இயேசுவின் பன்னிரு சீடர்களில் தலைமைப் பதவியைப் பெற்றவர் ராயப்பர். இவரது இயற்பெயர் சீமோன். இவரை பேதுரு என்று இயேசு அழைத்தார். இதன் தமிழ் வடிவம் ராயப்பர். பேதுரு என்றால் பாறை என்று பொருள்.

ஆக, 'பேதுரு' என்னும் 'பாறை' மீது தமது ஒரே திருச்சபையை இயேசு கிறிஸ்து நிறுவினார். ஒருமை, புனிதம், கத்தோலிக்கம் என்னும் பொதுமை, திருத்தூதுத்துவம் ஆகியவற்றை இச்சபை அடிப்படையாகக் கொண்டது.

மீட்புப் பணி இத்திருச்சபையின் வழியாக மனித வரலாற்றில் தொடர்ந்து நிலைபெறுகிறது. இது பலநிலைகளைக் கொண்டது. அதிகார அமைப்பு மற்றும் ஆன்மீக சமூகமாக இச்சபை விளங்குகிறது.

இத்திருச்சபையின் தலைவர் பாப்பரசர் என்றும், போப் பாண்டவர் என்றும் அழைக்கப்படுகிறார். இதன் முதல் பாப்பரசர் ராயப்பர். இவரைத் தொடர்ந்து இந்தப் பதவியைப் பெற்றவர்கள் பலபேர்.

அப்போஸ்தலர் என்பவர்கள் பின்னர் 'ஆயர்' என்று அழைக்கப்பட்டனர். இப்போதும் அப்படித்தான் அழைக்கப்பட்டு வருகின்றனர்.

திருச்சபையானது மறை மாவட்டங்கள், பங்குகள் போன்றவை அடங்கிய ஒரு சபையாக விளங்குகிறது.

மறை மாவட்டத்தின் பொறுப்பாளர் 'ஆயர்' என்று அழைக்கப்படுகிறார்.

பங்குவின் பொறுப்பாளர் 'பங்குத் தந்தை' என்று அழைக்கப் படுகிறார்.

ஆயர்களின் தலைவர்தான் 'பாப்பரசர்' ஆவார்.

இதுதான் திருச்சபையின் நிர்வாக அமைப்பாக உள்ளது.

பேதுருவின் வாரிசு என்ற முறையிலும், இறை மக்கள் அனைவரின் ஆசிரியர் என்ற வகையிலும், திருத்தந்தை தவறா வரம் பெற்றவராக விளங்குகிறார். அவரோடு ஒன்றிணைந்து செயல்படும் ஆயர்களுக்கும் இந்த வரம் உண்டு. திருப்பணியாளர்கள், துறவறத்தார், பொதுநிலையினர் அனைவரும் ஆயர்களின் பணியில் ஒத்துழைப்பு அளிக்கின்றனர்.

திருத்தூதர் பேதுரு

அனைத்திற்கும் மேலாக இறைவனை நேசித்து, அவருக்கு ஆராதனை செலுத்தி வருகிறது திருச்சபை. நமது பாவ மன்னிப்புக்காக, இயேசு கிறிஸ்து கல்வாரி மலையில் செலுத்திய பலியை நாள்தோறும் புதுப்பித்து அவருக்கு நன்றி கூறுகிறது. இறைவனின் மகிமைக்காகவும், மக்களின் பாவங்களுக்குப் பரிகார மாகவும் இப்பலியைப் புதுப்பித்து ஆராதனை செலுத்துகிறது.

திருச்சபை கிறிஸ்துவின் வாழ்வை மையமாகக் கொண்டு, திருவழிபாட்டு ஆண்டையும் ஒழுங்கு முறைகளையும் அமைத்துள் ளது.

இயேசு கிறிஸ்துவின் வருகைக்குத் தயார் செய்ய திரு வருகை காலம், அவரது பிறப்பைக் கொண்டாட கிறிஸ்து பிறப்பு விழாக் காலம் உள்ளிட்டவைகளை திருச்சபை அமைத்துத் தந்துள்ளது.

திருப்பலி, நற்கருணை வழிபாடு ஆகியவை கிறிஸ்தவ வாழ் வின் மையமாக அமைந்துள்ளது. செபமாலை, சிலுவைப் பாதை ஆகிய பக்தி முயற்சிகள் இறைவனின் உறவில் வளர உதவுகின்றன.

கத்தோலிக்க திருச்சபை, மூன்று விதமான புனிதர்களை இவ்வுலகிற்கு அடையாளம் காட்டுகிறது.

விண்ணகத்தில் வாழும் புனிதர்கள், உத்தரிப்பிடத்தில் தூய்மை பெறும் ஆன்மாக்கள் மற்றும் மண்ணுலகில் வாழ்பவர்கள் ஆகிய இவர்களிடையே நிலவும் உறவே, புனிதர்களின் சமூக உறவு என்று அழைக்கப்படுகிறது.

புனிதர்களிடம் வேண்டுதல் செய்வதும், அவர்களுக்கு வணக்கம் செலுத்துவதும் இறைவனின் உதவியைப் பெற தகுந்த வழிகள் ஆகும். கத்தோலிக்க திருச்சபை, இறைவனின் தாயான கன்னி மரியாவுக்கு மேலான வணக்கத்தையும், மற்ற புனிதர்களுக்கு வணக்கத்தையும் செலுத்துகிறது.

கடவுளின் கட்டளைகளுக்கு எதிராகவும், மனிதர்களுக்குத் துன்பம் ஏற்படுத்தும் வகையிலும் செய்யப்படும் செயல்களே பாவம் எனப்படுகிறது.

பிறப்பு வழிப் பாவம் திருமுழுக்கின் வழியாகவும், செயல் வழிப் பாவம் ஒப்புரவு அருள் அடையாளம் மூலமாகவும் போக்கப்படுகிறது.

'என்னைப் பின்பற்ற விரும்புபவன், சிலுவையைத் தன் தோள் மீது சுமந்து கொண்டு என்னைப் பின்பற்றட்டும்', என்ற இயேசுவின்

வார்த்தைகளுக்கு ஏற்ப வாழ்வதே கிறிஸ்தவ வாழ்வு என்பது கத்தோலிக்க கிறிஸ்தவர்களின் நம்பிக்கை.

. கிறிஸ்து சாவில் இருந்து உயிர்ப்பு வாழ்வுக்கு கடந்து சென்றது போல, பாவ வாழ்வில் இருந்து புனித வாழ்வுக்கு கடந்து செல்வதே ஒவ்வொரு கிறிஸ்தவனுக்கும் விடுக்கப்படும் அழைப்பு ஆகும்.

கத்தோலிக்கத் திருச்சபையில் குழப்பங்கள் ஏற்பட்ட காலமும் உண்டு.

கொள்கை முரண்பாடு, சுயநலம், நிர்வாகத் தவறு போன்றவை காரணமாக மத்திய காலத்தில் திருச்சபையில் குழப்பம் ஏற்பட்டது. முதல் புரட்சிக் குரல் மார்ட்டின் லூதர் கிங், கல்வின் போன்றவர்களின் மூலமாக வெளிப்பட்டது.

இவர்கள் திருச்சபையில் புரட்சிவாதிகளாகக் கருதப்பட்டனர். தகராறு முற்றிவிடாமல் இருப்பதற்காகவும், பிளவு ஏதேனும் ஏற்பட்டுவிடாமல் தடுப்பதற்காகவும் திருச்சபையினருக்கும், புரட்சி வாதிகளுக்கும் இடையே சமரசம் செய்து வைக்கும் முயற்சியும் மேற்கொள்ளப்பட்டது.

எனினும் இந்த முயற்சி தோல்வியையே தழுவியது.

பிளவு ஏற்படுவதைத் தடுக்க முடியவில்லை.

திருச்சபை பிரிந்தது. வேறு பல திருச்சபைகள் உருவாகின.

கத்தோலிக்க திருச்சபையினரோ விரிசல் அதிகமாகி விடாமல் தடுப்பதற்காக பாப்பரசர் தலைமையில் உடனடியாகக் கூடி விவாதித்தனர். சட்டம், வழிபாட்டு முறை போன்றவைகளைப் பற்றி விரிவாக விவாதித்தனர். அதில் காணப்படும் தவறுகளைத் திருத்தவும் செய்தனர்.

1962 மற்றும் 1963ஆம் ஆண்டுகளில் கூடிய இரண்டாம் திருச்சபை கூட்டத்தில் புதிய மறுமலர்ச்சி எட்டப்பட்டது. கத்தோலிக்கத் திருச்சபை காலத்திற்கேற்ப தேவையான மாற்றங்களைப் பெற்றது.

தற்போது கிறிஸ்தவர்களின் ஒற்றுமைக்காக திருச்சபையின் தலைமையகத்தில் செயலகம் ஒன்று பணியாற்றி வருகிறது.

கத்தோலிக்க மதம் கிறிஸ்து இறை மக்களைக் கொண்டதாகத் தற்போது காட்சியளிக்கிறது.

கத்தோலிக்கத்தின் கருத்துகள்

இயேசுவுக்கு கடவுள், மனிதன் என்னும் இரு இயல்பு நிலைகள் உள்ளன.

பரிசுத்த ஆவியானவர் பிதா மற்றும் சுதனில் இருந்து தோற்றம் பெற்றவர்.

கன்னிமரியாள் ஆதிபாவத்தில் இருந்து நீங்கியவளாகப் பிறந்தாள்.

கன்னிமரியாளுக்கு இயேசுவின் பலியில் பங்கிருக்கிறது. அவள் மூலமாகவே அனைத்து அருட்கொடைகளும் வழங்கப் படுகின்றன. மரியாள் பாவங்களில் இருந்து பாதுகாக்கப்பட்டவள்.

ரோம் நகரே உலகம் முழுவதிலும் உள்ள தேவாலயங்களின் தலைமையகம். பாப்பரசர் தவறுகள், பாவங்களில் இருந்து பாதுகாக்கப்பட்டவர்.

இயேசுவின் இரத்தத்தில் இருந்து யூதர்கள் குற்றமற்றவர்கள் என்னும் அறிவிப்பு 1965ஆம் ஆண்டு வாடிகனில் நடைபெற்ற கத்தோலிக்கர்கள் மாநாட்டில் அறிவிக்கப்பட்டது.

மாநாடுகள்

இயேசு மரித்த பிறகு கிறிஸ்தவர்களிடையே மத ரீதியான கருத்து முரண்கள் தோன்றின. அப்படி கருத்து முரண்பாடுகள் தோன்றிய போதெல்லாம் உயர்நிலை பாதிரியார்கள் ஒன்றுகூடி, விவாதித்து, கருத்துக் கணிப்புகள் நடத்தி புதிய தீர்மானத்தை மேற்கொண்டனர்.

இப்படி விவாதித்து முடிவெடுப்பதில் கருத்து வேற்றுமை ஏற்பட்டு, அதன்காரணமாகப் பிளவுபட்டு, புதிய மதப் பிரிவுகள் உருவாகின.

முதன்முதலாக பிராந்திய அளவில் ஜெருசலேம் நகரில் மாநாடு ஒன்று கூட்டப்பட்டது. அதில் 'யூதர்கள் அல்லாதோர் விருத்த சேதனம் செய்ய வேண்டுமா?' என்பது குறித்து காரசார விவாதம் நடந்து முடிவெடுக்கப்பட்டது.

பின்னர் கி.பி. 325ஆம் ஆண்டு, 'இயேசுவின் கடவுள் தன்மை' குறித்து ஏற்பட்ட கருத்து வேறுபாட்டைக் களைவதற்கான மாநாடு ஒன்று நடைபெற்றது. அதில், இயேசு கிறிஸ்துவின் இறைத் தன்மை ஒப்புக்கொள்ளப்பட்டது.

'பரிசுத்த ஆவி என்பது தேவதூதர்கள் போல் படைக்கப் பட்டது' என்பது குறித்த கருத்து மோதல்களைத் தொடர்ந்து கி.பி. 381ஆம் ஆண்டு மற்றொரு மாநாடு கூட்டப்பட்டது.

மாநாட்டில், 'இயேசு பிரிக்க முடியாத கடவுள் இயல்பு மற்றும் மனித இயல்புகளைக் கொண்டிருப்பவர்' என்று தீர்மானிக்கப் பட்டது.

'கன்னி மரியாள் கடவுளைப் பெற்றெடுத்த காரணத்தால் அவர் 'கடவுளின் தாய்' என்று அழைக்கப்படுவாள் என்றும் முடிவு செய்யப்பட்டது.

'இயேசுவில் கடவுள் தன்மை மனிதத் தன்மையுடன் கலந்து விட்டது' என்பது தொடர்பாக ஏற்பட்ட கருத்து முரண்பாட்டை நீக்குவதற்காக கி.பி. 449ஆம் ஆண்டு மாநாடு ஒன்று கூடியது.

அதில், 'இயேசுவின் கடவுள் தன்மை அவரது மனிதத் தன்மையுடன் கலப்போ, மாற்றமோ இல்லாமல் ஒன்றிணைந்து விட்டது' என்று தீர்மானிக்கப்பட்டது.

ஆனால் பாப்பரசர் இதனை ஏற்றுக்கொள்ளவில்லை என்பதால், உடனே 'கல்கீதூனியா மாநாடு' என்று இன்னொன்று கூட்டப்பட்டு, ' "இயேசுவின் கடவுள் தன்மையும் மனிதத் தன்மை யும் ஒன்றிணையவில்லை" என்று மற்றொரு தீர்மானம் நிறைவேற் றப்பட்டது. மேலும் முந்தைய மாநாட்டு தீர்மானம் ரத்தும் செய்யப் பட்டது.

இது சிலருக்குப் பிடிக்கவில்லை. கருத்து மோதல்கள் அதி கரித்து, முடிவில் கிறிஸ்தவர்கள் இருபெரும் பிரிவாகப் பிரிந்தனர்.

இயேசுவிற்கு கடவுள் பண்புகள் மனிதப் பண்புகளுடன் எவ்வித மாற்றமும் இன்றி ஒன்றிணைந்துவிட்டதாக நம்பியவர்கள் 'ஆர்த்தோடெக்ஸ் பிரிவு' என்று அழைக்கப்பட்டனர். இப்பிரிவு இன்று வரை அப்படியே இருந்து வருகிறது. அதில் எந்தவிதப் பிளவும் ஏற்படவே இல்லை.

இயேசுவிற்கு கடவுள், மனிதன் என்னும் இரு இயல்புகளும் இருப்பதாக நம்பியவர்கள் 'கத்தோலிக்க பிரிவு' என்றாகினர்.

கி.பி. 680ஆம் ஆண்டு பிரிந்து சென்றவர்கள் யோவான் மாறோன் என்பவர் தலைமையில் ஒன்றுகூடி, 'கடவுள், மனிதன் ஆகிய இரு இயல்புகளும் ஒன்றிணைந்துவிட்டது' என்று தீர்மானித்தார்கள்.

‘மாறோனியர்கள்’ என்று தனியாக இனங்காட்டப்பட்ட இப்பிரிவினர் கத்தோலிக்கர்களால் விரட்டியடிக்கப்பட்டனர். இவர்கள் பயந்துபோய் லெபனான் மலைப்பகுதியில் தஞ்சம் அடைந்தனர்.

ஆனால் கி.பி. 1182ஆம் ஆண்டு ‘தங்கள் பிரிவின் தனித்துவத்தைப் பேணிக் காப்பதுடன், ரோமாபுரியைத் தலைமை இடமாகக் கொண்டு விளங்கும் கத்தோலிக்க திருச்சபைக்கு விசுவாசமாக இருப்பதாகவும் அறிவித்தனர்.

கி.பி. 879ஆம் ஆண்டு மற்றொரு கூட்டம் நடைபெற்றது. ரோம் தேவாலயத்தினருக்கு மாற்றாக ‘பரிசுத்த ஆவியானது பிதாவிடம் இருந்து மாத்திரம் தோற்றம் பெற்றது’ என்று தீர்மானிக்கப்பட்டது.

பின்னர் 15ஆம் நூற்றாண்டில் ஏற்பட்ட கருத்து மோதல்கள் காரணமாக மார்ட்டின் லூதர் என்பவரால் ‘புரட்டஸ்டன்ட்’ என்னும் புதிய பிரிவு உருவானது. இன்று வரை கத்தோலிக்கப் பிரிவுக்கு எதிராக சமபலத்துடன் அது விளங்கி வருகிறது.

4

புரட்டஸ்டன்ட்

ரோமன் கத்தோலிக்கத் தேவாலயம் அக்காலத்து மன்னர்களைத் தமது கட்டுப்பாட்டின் கீழ் கொண்டுவர பெரு முயற்சி செய்து வந்தது. இது ஒரு சாராருக்குக் கவலையை அளித்தது.

இதனால் அரசியல் அதிகாரமும் மத அதிகாரமும் ஒன்றுக்கொன்று போட்டியிட ஆரம்பித்தன. பாப்பரசரின் அதிகாரம் இதன் காரணமாகப் பலவீனம் அடைந்தது.

ரோமன் கத்தோலிக்க திருச்சபையில் எதிர்ப்பு கிளம்பியது. எதிர்ப்பாளர்கள் தங்கள் கருத்தை எதிர்ப்பாகக் கூறுவதைப் போல அறிவிக்காமல், ஆணையாகவே அறிவித்தார்கள்.

1529ஆம் ஆண்டு 'ஸ்பியேர்' பேரரசு மன்றம் கூடியது. இதில் எதிர்ப்பாளர்களாக இருந்த ஜெர்மன் கிறிஸ்தவத் தலைவர்கள் மற்றும் கத்தோலிக்கத் திருச்சபையினர் இடையே சமரச உடன்பாடு செய்து கொள்வதற்காகவே இச்சபை கூடியது.

இம்மன்றத்தில் பெரும்பான்மையாக இருந்தவர்கள் கத்தோலிக்க ஆயர்கள். ஆனாலும் ஜெர்மன் கிறிஸ்தவர்கள் தங்கள் நிலையில் இருந்து சிறிதளவும் மாறவே இல்லை. பிடிவாதமாக இருந்தார்கள். தங்கள் எண்ணத்தையும், நிலைப்பாட்டையும் தைரியமாகவும், கட்டளையிடுவதைப் போலவும் தெரிவித்தார்கள்.

அவர்களின் தொனி ஆணையிடுவதைப் போன்று இருந்த காரணத்தால்தான் அவர்களுக்கு புரட்டஸ்டன்ட் என்ற பெயர் ஏற்பட்டது.

Protest என்றால் எதிர்ப்பு என்று அர்த்தம். ஆனால் **Protestation** என்றால் ஆணையிடுதல் என்று சொல்லலாம்.

இயேசு மரித்த பிறகு கிறிஸ்தவம் ஐந்து புனித தலங்களை அடிப்படையாகக் கொண்டு வளர்ந்தது. ரோமாபுரி, ஜெருசலேம், அந்தியோக்கியா, அலெக்ஸான்ட்ரியா, கொன்ஸ்தாந்தி நோபிள் ஆகியவைதான் அப்புனிதத் தலங்கள்.

ரோமாபுரியைத் தலைமை இடமாகக் கொண்டு கிறிஸ்தவ திருச்சபை இயங்கி வந்ததை விரும்பாத மற்ற தலத்துத் தலைவர்கள் மேற்கு ஐரோப்பிய சபையில் இருந்து மெல்ல மெல்ல விலகத் தொடங்கினர்.

இந்தப் பிரிவு வலுப்பெற்றது 1054ஆம் ஆண்டில்தான். அப்போது பிளவு நிச்சயமானது. நிரந்தரமானது. இவ்வாறு பிரிந்தவர்கள் 'கிரீக் ஆர்த்தோடக்ஸ் சர்ச்' என்ற பெயரில் சபைகளை நிறுவினர். ரஷ்யா, கிழக்கு ஐரோப்பா, மத்திய தரைப் பகுதிகள் போன்ற இடங்களில் இச்சபைகள் தோன்றின. இவர்கள் கத்தோலிக்க பிரிவையும் சேராதவர்கள்; புரட்டஸ்டன்ட் பிரிவையும் சேராதவர்கள்.

இதனையடுத்து 1500ஆம் ஆண்டுகளில் மதச் சீர்திருத்தக் கருத்துக்கள் மேலோங்கின. ரோமாபுரியைத் தலைமைப் பீடமாகக் கொண்ட திருச்சபைக்கு எதிரான கருத்துக்கள் வெளிவரத் தொடங்கின.

முக்கியமாக ஜெர்மனியைச் சேர்ந்த மார்ட்டின் லூதர் (1483 - 1546), பிரான்ஸின் ஜோன் கல்வின் (1509 - 1564) ஆகியோர் சீர்திருத்தச் சிந்தனையாளர்களாக உருவெடுத்தனர்.

மேலும் 16ஆம் நூற்றாண்டில் வாழ்ந்த இன்னும் சில சிந்தனையாளர்களும் இவர்களின் கருத்துக்கு வலுச் சேர்த்த காரணத்தால் கத்தோலிக்கத் திருச்சபையில் மிகப் பெரிய பிளவு தவிர்க்க முடியாததாகிவிட்டது.

தனியாகப் பிரிந்த இத்திருச்சபை 'புரட்டஸ்டன்ட்' என்று அழைக்கப்பட்டது.

கத்தோலிக்க பாதிரியாராகவும் ஜெர்மன் நாட்டின் "விட்டன் பெர்க்" பல்கலைக்கழகத்தில் மதம் சார்ந்த கலைகளுக்கான பேராசிரியராகவும், தேவாலயம் ஒன்றின் பொறுப்பாளராகவும் இருந்த 'மார்டின் லூதர்' கத்தோலிக்க திருச்சபையில் இருந்து பிரிந்து அதற்கு எதிராகச் செயற்படுவதாக அறிவித்தார்.

அத்துடன் நிறுத்திக் கொள்ளாமல் 'பாப்பரசர் என்னும் நிலை கடவுளின் மூலம் கிடையாது' என்றும் உரக்கக் கூறினார்.

இதனால் வருத்தமடைந்த பாப்பரசர், மீண்டும் மார்ட்டினை சமரசப் பேச்சுவார்த்தைக்காக ரோமுக்கு அழைத்தார். ஆனால் அவரோ பாப்பரசரைச் சந்திக்க மறுத்துவிட்டார். தனது நிலைப் பாட்டையே தீவிரமாகத் தொடர்ந்தார்.

இதனால் கோபமும் எரிச்சலும் அடைந்த பாப்பரசர், 1526ஆம் ஆண்டு மார்ட்டின் லூதரை குற்றவாளியாகப் பிரகடனம் செய்தார். அவரது நூல்கள் அனைத்தையும் எரித்துவிடுமாறும் கட்டளையிட்டார்.

ஆனால் மார்ட்டினோ இதைப் பற்றிக் கவலைப்படாமல் தனது முயற்சியைத் தொடர்ந்தார். கத்தோலிக்க திருச்சபைக்கு எதிராக அவர் இரண்டு முக்கிய ஆட்சேபனைகளை முன்வைத்தார்.

ஒன்று, புனிதப் புலி என்னும் சடங்கை ஏற்க மறுத்தல். இரண்டு, பாவ மன்னிப்பு பட்டயங்களை மறுத்தல்.

புனிதப் புலி சடங்கு என்பது பாதிரியார் ஜெபங்களை உச்சரித்துத் தரும் ரொட்டியையும், மதுவையும் பருகுபவரின் உடலில் இயேசு கிறிஸ்து இடம்பிடித்து அவருக்கு நல்வழிக் காட்டுவார் என்பது நம்பிக்கை. இத்திருப் பூஜையை மார்ட்டின் கடுமையாக விமர்சித்தார்.

1517ஆம் ஆண்டு பாப்பரசர் "பத்தாம் லியோ" உலகம் முழுவதற்குமான பொது மன்னிப்புப் பட்டயங்களை வெளியிட்டார். இதன்மூலம் அப்பட்டயம் ஒன்றை விலை கொடுத்து வாங்குபவர் மன்னிப்புப் பெறலாம். ரோம்நகரில் உள்ள புனித "பத்ரஸ்" தேவாலயத்தைக் கட்டுவதற்குத் தேவையான நிதியைத் திரட்டவே பாப்பரசர் மன்னிப்புப் பட்டயங்களை வெளியிட்டார் என்பதால் 'மார்ட்டின் லூதர்' இதையும் விமர்சித்தார்.

பெர்லினில் உள்ள புனித மேரி ஆலயத்தின்
வெளிப்புறத்தில் அமைந்துள்ள மார்ட்டின் லூதர் சிலை

புரட்டஸ்டன்ட் ஆலயத்தின் உட்புறம்

கத்தோலிக்கத் திருச்சபை கிறிஸ்தவர்கள் மீது மிகுந்த ஆதிக்கம் செலுத்தி வந்த காரணத்தால் புரட்டஸ்டன்ட் பிரிவில் சேர்ந்தவர்கள், கத்தோலிக்க திருச்சபைகளின் கெடுபிடிகளில் இருந்து தப்பிப்பதற்காக புதிய நாடாக விளங்கிய அமெரிக்காவை நோக்கிப் பயணப்பட்டார்கள். அமெரிக்க சமூகத்தில் இவர்கள் பெருமளவில் இடம் வகிப்பதற்கு இதுவே முக்கிய காரணம்.

16ஆம் நூற்றாண்டில் தோன்றிய புரட்டஸ்டன்ட் பல சபைகளை நிறுவியது. லூதர் இனம், கல்வின் இனம், சுவிங்லி இனம், அங்லிக்கன் இனம் என்று பல இனங்கள் உருவாகின.

இதில் அங்லிக்கன் இனத்தில் மூன்று முக்கிய அடிப்படைக் கொள்கைகள் பின்பற்றப்பட்டன.

1) விசுவாசத்தினால் மட்டுமே ஒருவன் நற்கதி அடைய முடியும் என்பதும், பக்தி யோகமே ஒருவனுக்கு மீட்பைத் தரும் என்பதும் மட்டுமல்லாமல் புண்ணியம் முக்திப் பேற்றின் அடையாளம் என்பதும் இவர்களின் நம்பிக்கை.

2) கிறிஸ்தவ திருமறை பைபிள் மட்டுமே. சகல இறை உண்மைகளுக்கும் ஒரே ஆதாரம் பைபிள். திருச்சபையின் வளர்ந்த மரபு, பாரம்பரியம் ஆகியவற்றிற்கு திருமறையின் அதிகாரம் கிடையாது.

3) மதகுரு மட்டுமே ஆசாரியார்கள் என்பதை ஒப்புக் கொள்ள மறுத்து, சகல விசுவாசிகளும் ஆசாரியார்களே என்கிறது. இறைவனோடு ஒவ்வொருவரும் நேரடியாகத் தொடர்பு கொள்வதே சரி. திருச்சபை மூலமாகத்தான் தொடர்பு கொள்ள வேண்டும் என்பது தவறானது.

புரட்டஸ்டன்ட் பிரிவில் ஏராளமான மக்களை ஈர்ப்பதற்காக மூன்று முக்கிய வழிமுறைகளை மார்ட்டின் கையாண்டார்.

தேவாலயங்கள் சேர்த்து வைத்திருந்த பெருமளவிலான சொத்துக்களை அபகரித்துக் கொள்ள வேண்டும். தேவாலயங்கள் மற்றும் மடங்களை பொதுமக்கள் பயனடையும் விதத்தில் கல்விச் சாலைகளாகவும், மருத்துவமனைகளாகவும் மாற்றிவிடுமாறு அன்றைய மன்னர்களைத் தூண்டும் விதத்தில் நூல்களை வெளியிட்டார்.

'ஹேஷ்' ஆட்சியாளர் ஒருவர் தனது மனைவி உயிருடன் இருந்தபோது, இன்னொரு பெண்ணை மணமுடிக்க விரும்பினார். அப்போது இரு பெண்களை ஒரே நேரத்தில் திருமணம் செய்து

கொள்ள முடியும் என்று உரக்க அறிவித்தார் மார்ட்டின் லூதர். இதன்மூலம் ஆட்சியாளரின் ஆதரவையும் அன்பையும் பெற்றார்.

பாதிரியார்கள், மதகுருக்கள் ஆகியோர் துறவறத்தினால் பெரும் அவதி அடைந்து வந்த நிலையில் அவர்களின் ஆதரவைத் தன்பக்கம் ஈர்ப்பதற்கு மற்றொரு உத்தியைக் கையில் எடுத்தார். கார்தரின் என்ற பெண் துறவியைப் பலவந்தமாக அடைந்து திருமணம் செய்தார். பின்னரும் அருட்தந்தையாக நீடித்து முன் மாதிரியாகத் திகழ்ந்தார்.

குடும்ப வாழ்வில் ஈடுபட்டு அருட்தந்தையாகத் திகழ்ந்த மார்ட்டின் லூதர், பின்னர் நோய்வாய்ப்பட்டு 1546ஆம் ஆண்டு மரணம் அடைந்தார்.

இறை உண்மைகளை விளக்கும் அதிகாரம் கத்தோலிக்க மதத்தில் பாப்பரசரைத் தலைவராகக் கொண்ட திருச்சபைக்கே உண்டு.

ஆனால் புரட்டஸ்ட்ன்ட் மதத்தினரோ பைபிளை மட்டுமே இறை உண்மைகளின் ஒரே ஆதாரமாகக் கொண்டிருந்தனர். இதனால் சீர்திருத்தவாதிகளும், ஆய்வாளர்களும் பைபிளின் உண்மைக் கருத்துகளுக்கு மாறுபட்ட விளக்கங்களை வெளிப்படுத்தினர்.

இதனால் புரட்டஸ்டன்டிற்குள் சர்ச்சைகள் கிளம்பி பல்வேறு உட்பிரிவுகள் தோன்றின.

இங்கிலாந்தின் எமதடிஸ்சபை, பப்டிஸ்ட் சபை, கொங்கிரிகேஷனல் சபை ஆகியவை அங்லிக்கன் சபையில் இருந்தும் தனித்தனியாகப் பிரிந்தன.

இச்சபைகள் யாவும் மிஷினரிகளை அமைத்து பிறநாடுகளில் மதப் பிரச்சாரத்தில் ஈடுபட்டன.

கொங்கிரிகேஷனல் சபையின் ஒரு பகுதியினர் பின்னர் அமெரிக்காவில் குடியேறினர்.

புரட்டஸ்ட்ன்ட்டின் கருத்துகள்

இயேசு கிறிஸ்துவுக்கு இரு இயல்பு நிலைகள் உள்ளன.

பரிசுத்த ஆவியானவர் பிதா மற்றும் சுதனில் இருந்து தோற்றம் பெற்றவர்.

மதகுருக்களிடம் பாவமன்னிப்பு கோர வேண்டியதில்லை. நேரடியாக கடவுளிடமே பாவமன்னிப்பு கோரலாம்.

ரொட்டி மற்றும் மது இயேசுவின் சதை மற்றும் இரத்தமாக மாறுகிறது என்பது ஏற்புடையதல்ல.

சுவிசேஷத்தின் சில பகுதிகள் தேவையற்றது என்பதோடு அதனை நீக்கவும் செய்தல்.

இயேசு மீண்டும் இப்பூமிக்கு வந்து ஆயிரம் ஆண்டுகள் ஆட்சி செய்வார்.

இயேசுவைப் பிரசவித்த பின்னர் மீண்டும் வேறு குழந்தைகளை மரியாள் பெற்றெடுத்தார்.

பாப்பரசர்தான் சுவிசேஷத்திற்கான விளக்க வேண்டும் என்பது ஏற்புடையதல்ல. ஒவ்வொரு கிறிஸ்தவருக்கும் சுவிசேஷ விளக்கம் அளிக்கும் உரிமை உண்டு.

சுவிசேஷத்தில் காணப்படும் வழிபாட்டு முறைகள் மட்டுமே உண்மையானது. அதனை மட்டுமே பின்பற்ற வேண்டும்.

கொலைக்களம்

கிறிஸ்தவ மதத்தின் அடித்தளத்தை ஆட்டம் காணச் செய்ததோடு, பாப்பரசரின் அதிகாரத்தையும் பெருமளவில் குறைப்பதான நடவடிக்கையை எடுத்து, மதத்தைப் பிளவுபடுத்தி உருவானது புரட்டஸ்டன்ட் என்பதால் இப்பிரிவினர் மீது பாப்பரசர்கள் கடுமையான கோபமடைந்தனர். லட்சக்கணக்கில் உயிர்ப் பலி கொண்டதான போர்களை அவர்கள் நடத்தினர்.

16ஆம் நூற்றாண்டில் பிரான்ஸ் நாட்டில் கத்தோலிக்கர்களும், புரட்டஸ்டன்ட்களும் தொடர்ந்து நாற்பது ஆண்டுகளாக யுத்தத்தில் ஈடுபட்டனர்.

1536ஆம் ஆண்டு அயர்லாந்தில் புரட்டஸ்டன்ட் சித்தாந்தத்தை ஆங்கிலேயர்கள் திணிக்க முயன்றனர். இதனை எதிர்த்து மிக நீண்ட சண்டை அங்கே நடந்தது. கிட்டத்தட்ட 18ஆம் நூற்றாண்டு வரை நீடித்த இச்சண்டையில் பல்லாயிரக் கணக்கான மக்கள் செத்து மடிந்தனர்.

1572ஆம் ஆண்டு பாப்பரசர் பதின்மூன்றாம் கிரிகோரி என்பவரின் ஆசியுடன், புனித பர்த்தோலோமோ என்னும் இடத்தில் பண்டிகை தினத்தன்று கத்தோலிக்கர்கள் கண்மூடித்தனமான தாக்குதலில் ஈடுபட்டனர். இக்கொலைக் களத்தில் சுமார் 30 ஆயிரம் புரட்டஸ்டன்ட் பிரிவைச் சேர்ந்தவர்கள் வெட்டியும், மரங்களில் தூக்கிலிடப்பட்டும்

கொல்லப்பட்டனர். ஆனால் வெறும் 2 ஆயிரம் பேர் மட்டுமே கொல்லப்பட்டதாக கத்தோலிக்கர்கள் சமாளித்தனர்.

ஜெர்மனியிலும் இரு பிரிவினருக்கும் இடையே முப்பது ஆண்டுக்காலம் சண்டை நீடித்தது. 1618 முதல் 1648ஆம் ஆண்டு வரை நீடித்த இப்போரில் லட்சக்கணக்கான மக்கள் மடிந்தனர்.

1536ஆம் ஆண்டு அயர்லாந்தில் புரட்டஸ்டன்ட் சித்தாந்தத்தை ஆங்கிலேயர்கள் திணிக்க முயன்றனர். இதனை எதிர்த்து மிக நீண்ட சண்டை அங்கே நடந்தது. கிட்டத்தட்ட 18ஆம் நூற்றாண்டு வரை நீடித்த இச்சண்டையில் பல்லாயிரக் கணக்கான மக்கள் செத்து மடிந்தனர்.

ஸ்பெயின் நாட்டில் அண்மைக்காலத்தில், அதாவது 1936 முதல் 1939ஆம் ஆண்டு வரை கத்தோலிக்கர்களுக்கும், புரட்டஸ்டன்டுகளுக்கும் இடையே கடுமையான உள்நாட்டுப் போர் நடந்தது. இதில் 6 ஆயிரத்து 845 கத்தோலிக்க மத குருக்கள் உட்பட 3 லட்சத்து 6 ஆயிரம் பேர் கொல்லப்பட்டனர்.

யூதர்களுக்கு ஆதரவு

புரட்டஸ்டன்ட் மதம் தொடங்கப்பட்ட காலக்கட்டத்தில் அச்சு இயந்திரம் கண்டுபிடிக்கப்பட்டதால் விவிலிய நூற்கள் பல்வேறு மொழிகளில் தாராளமாக மொழிபெயர்த்து வெளியிடப் பட்டன.

விவிலியத்தை விளக்கும் உரிமை அனைத்து கிறிஸ்தவர்களுக்கும் உள்ளது என்னும் புரட்டஸ்டன்ட் மதப் பிரிவினரின் கொள்கை. இதன்காரணமாகப் பல காலமாக மத குருக்களின் பாதுகாப்பில் தேவாலயங்களுக்குள் முடங்கிக் கிடந்த பழைய ஏற்பாடு அனைவர் கரங்களிலும் கிடைக்கும் நிலை உருவானது.

ஆபிரஹாமுடன் கர்த்தர் உடன்படிக்கை செய்து கொண்ட காலம் முதல் உலகம் அழியும் வரை பாலஸ்தீனம் யூதர்களின் பூர்வீகம் என்ற கருத்து இவர்களால் உறுதியாகக் கொள்ளப்பட்டது.

பாலஸ்தீனத்தில் சியோனிச சாம்ராஜ்யத்தை யூதர்கள் உருவாக்கியதும், அங்கே மீண்டும் இயேசு கிறிஸ்து தோன்றுவார் என்பன போன்ற யூதர்களின் நம்பிக்கை சிறிஸ்தவ சமூகத்திற்குள் தாராளமாகப் பரவின.

இந்த நம்பிக்கைகளின் அடிப்படையிலும், அதிகளவில் புரட்டஸ்ட் மதத்தினரைக் கொண்டிருப்பதாலும் அமெரிக்கா யூதர்கள் வசித்துவரும் இஸ்ரேலுக்கு ஆதரவுக் கரம் நீட்டக் காரணமாக அமைந்தது. தொடர்ந்து அமெரிக்காவும், மேற்குலக நாடுகளும் இஸ்ரேலுக்கு ஆதரவளித்து வருவதும் குறிப்பிடத்தக்கது.

இன்று உலகளவில் நூற்றுக்கணக்கில் புரட்டஸ்டன்ட் கிளைகள் பரவிக் கிடக்கின்றன. கத்தோலிக்கப் பிரிவுக்கு இணையாக மிகப் பெரிய மதமாக இது விளங்குகிறது.

இவையல்லாமல் யேகோவாவின் சாட்சி, பெந்தெகொஸ்தே, அசெம்ளி ஆஃப் போட், செவன்த் டே அட்வென்டிஸ்ட் என்பன உள்ளிட்ட பல்வேறு கிறிஸ்தவத்தில் இருந்து பிரிந்த பிரிவுகளும் உலகம் முழுவதும் காணக்கிடக்கின்றன.

5

பெந்தகோஸ்து

பெந்தகோஸ்து சபை என்பது கிறிஸ்துவ சமயத்தின் மற்றொரு பிரிவு. தூய ஆவியில் திருமுழுக்கு என்னும் வழியாகக் கடவுள் பற்றிய நேரடி அனுபவத்தைப் பெறலாம் என்று வலியுறுத்துகிறது இச்சபை.

விவிலியத்தில் எந்தவிதமான தவறான தகவலும் கிடையாது என்று நம்பும் இச்சபை, இயேசு கிறிஸ்து மீது நம்பிக்கை கொண்டோர் ஒவ்வொருவரும் அவரைத் தம் சொந்த மீட்பராக ஏற்பதிலேயே மீட்பு அடங்குவதாக நம்புகிறது..

பாவத்தை விட்டு விட்டு மனமாற்றம் அடைவது, புதுப் பிறப்பு அடைவது, நீரில் திருமுழுக்குப் பெறுவது, தூய ஆவியில் திருமுழுக்குப் பெறுவது என்னும் வகையில் ஒருவர் மீட்பு அடைகிறார் என்று பெந்தகோஸ்து சபைகள் பொதுவாக போதிக்கின்றன.

இயேசு கிறிஸ்துவின் இரண்டாம் வருகை மிக விரைவிலேயே நிகழப்போகிறது என்னும் நம்பிக்கையின் அடிப்படையில்,

கிறிஸ்தவர்கள் புத்துணர்ச்சி பெறவேண்டும் என்றும், தூய்மைபெற வேண்டும் என்றும் கூறுகிறது பெந்தகோஸ்து.

'உறுதியான இறை நம்பிக்கை இருந்தால் எந்த நோயிலிருந்தும் குணமடையலாம்' 1900ஆம் ஆண்டு சார்லஸ் பாராம் என்பவர் ஒரு கருத்தை முன்வைத்தார் அதன் அடிப்படையில் அமெரிக்காவின் கலிபோர்னியா மாநிலத்தில் அசூசா வீதியில் 'எழுப்புதல் கூட்டங்கள்' மூன்று ஆண்டுகளாகத் தொடர்ந்து நடத்தப்பட்டன.

இக்கூட்டங்கள் அமெரிக்காவில் பெரும் தாக்கத்தை எழுப்பி பின்னர் உலகம் முழுவதும் 'பெந்தகோஸ்து இயக்க'மாகப் பரவியது.

இந்த இயக்கத்தில் 'மூவொரு இறைவன் கொள்கை' என்பதை ஏற்கும் பிரிவு என்றும், ஏற்காத பிரிவு என்றும் இரு பெரும் பிரிவுகள் காணப்படுகின்றன.

பெந்தகோஸ்து இயக்கத்தில் 700 சபைப் பிரிவுகளும், தனிச் சபைகளும் உள்ளன. மைய அதிகாரம் உடைய சபை என்று எதுவும் இல்லை என்றாலும், பல 'பெந்தகோஸ்து உலக இணைப்பு' என்னும் அமைப்பின் கீழ் இயங்கி வருகின்றன.

பெந்தகோஸ்துவின் பொருள்

வருடத்தில் மொத்தம் 365 நாட்கள் இருந்தபோதிலும், ஒரேயொரு நாளை 'பெந்தகோஸ்து நாள்' என்று இச்சபை கொண்டாடுகிறது.

பெந்தகோஸ்து என்றால் 'ஐம்பதாவது நாள்' என்று பொருள். இஸ்ரேல் மக்கள் பஸ்கா என்னும் பண்டிகையை முக்கியமாகக் கொண்டாடுவது வழக்கம்.

இதன்பின்னர் ஐம்பதாவது நாள் அன்று 'பெந்தகோஸ்து நாள்' கொண்டாடப்படுகிறது.

பஸ்கா பண்டிகைக்குப் பிறகு ஐம்பதாவது நாள் இஸ்ரேலியர் சினாய் மலைக்குச் சென்றார்கள். அங்கே அக்னி, மின்னல், இடி முழக்கம், பூமி அதிர்வு ஆகியவற்றைக் கண்டார்கள். அப்போது கர்த்தர் சினாய் மலையில் இறங்கி இருந்தார். அது ஒரு அபிஷேக அனுபவமாக இருந்தது. அன்று 120 பேர் அபிஷேகம் பெற்றார்கள். 3 ஆயிரம் பேர் இரட்சிக்கப்பட்டார்கள்.

பெந்தகோஸ்து என்பதற்கான விளக்கம் இதுவே.

கொள்கை

பெந்தகோஸ் நான்கு முக்கிய கொள்கைகளைக் கொண்டதாக அமைந்துள்ளது.

1) இயேசு மீட்பளிக்கிறார்.

2) தூய ஆவியில் திருமுழுக்கு வழங்குகிறார்.

3) நோய்களைக் குணமாக்குகிறார்.

4) மீட்பு அடைந்தவர்களைத் தம்மோடு எடுத்துக் கொள்ள மீண்டும் வரவிருக்கிறார்.

புரட்டஸ்டன்ட் பிரிவில் இருந்து பிரிந்த காரணத்தால் அதன் நம்பிக்கைகள் பெந்தகோஸ்துவிலும் காணக்கிடக்கிறது.

இயேசு சிலுவையில் மரித்தல், அடக்கம் செய்யப்படுதல், உயிர்த்தெழுதல் ஆகியவற்றின் வழியாக மனிதர்களுக்குப் பாவ மன்னிப்புக் கிடைக்கிறது. மனித குலம் கடவுளுடன் நல்ல உறவைப் பெறுகிறது.

இப்படி நம்புகிறது இந்த இயக்கம்.

'மனிதர்கள் மறுபிறப்பு அடைய வேண்டும். இந்த மறுபிறப்பு இயேசுவின் மீது நம்பிக்கை கொள்வதன் மூலமாகவே கிடைக்கப் பெறுகிறது என்கிறது பெந்தகோஸ்து.

கடவுள் வழங்கும் மீட்புக் கொடையை ஏற்போர் மீட்பு அடைந்து விண்ணகம் சேர்வர் என்றும், அதனை வேண்டாம் என்று புறக்கணிப்போர் நரகம் செல்வர் என்றும் பெந்தகோஸ்து சபையினர் நிச்சயமாக நம்புகின்றனர்

திருச்சடங்குகள்

இயேசு கிறிஸ்துவுக்கு சடங்குகள் சிலவற்றைச் செய்யும் பழக்கம் இவர்களிடமும் காணப்படுகிறது.

'திருவருள் சாதனங்கள்' என்று கத்தோலிக்கமும், புரட்டஸ்டன்டும் அழைப்பதை இவர்கள் பயன்படுத்துவதில்லை.

கடவுளின் அருளானது நம்பிக்கை கொண்டோர் மீது நேரடியாக இறங்குவதாகவும், சடங்கை நிகழ்த்தும் தலைவர் ஒரு கருவியாகச் செயல்படுவதாகவும் இவர்கள் கூறுகின்றனர்.

நற்கருணை அல்லது இயேசுவின் இரா உணவுச் சடங்கு

பெந்தகோஸ்து தொடங்கிய கலிபோர்னியா
அசூசா வீதி - எழுப்புதல் கூட்டம்

பெந்தகோஸ்து வழிபாட்டில் பெண்கள்

இயேசுவின் நினைவாகச் செய்யப்படுவதாகவும், இதனை நிகழ்த்த இயேசு கட்டளையிட்டுள்ளதாகவும் நம்புகின்றனர்.

இந்தச் சடங்கின்போது திராட்சை ரசத்தைப் பயன்படுத்துவது இல்லை. பதிலாக திராட்சைப் பழச் சாற்றையே பயன்படுத்து கிறார்கள்.

இரா உணவின்போது இயேசு நிகழ்த்திய 'பாதம் கழுவும் சடங்கு' இப்போதும் சில பெந்தகோஸ்து சபைகளால் கடைப்பிடிக்கப்பட்டு வருகிறது. இச்சடங்கு தாழ்ச்சியை வெளிப் படுத்துவதாக நம்பிக்கை.

பின்பற்றுதல்

உலகில் சுமார் 50 கோடிப் பேர் பெந்தகோஸ்து இயக்கத்தைச் சார்ந்தவர்கள் என்று 2011ஆம் ஆண்டு நடத்தப்பட்ட ஒரு ஆய்வு தெரிவிக்கிறது.

இது உலக மக்கள் தொகையில் 4 சதவீதம். உலக கிறிஸ்தவ மக்கள் தொகையில் சுமார் 13 சதவீதம்.

புரட்டஸ்டன்ட் பிரிவுகளில் உலகளவில் மிகவும் பெரியதாக பெந்தகோஸ்து சபை விளங்குகிறது.

இவ்வியக்கம் உலகின் தென்கோளப் பகுதிகளில் அதிகமாகப் பரவி வருகிறது.

1960ஆம் ஆண்டுகளில் இருந்து பெந்தகோஸ்து சபையின் சில கூறுகள் மைய கிறிஸ்தவ சபைகளால் ஏற்கப்பட்டுள்ளது குறிப்பிடத்தக்கது.

6

இஸ்லாம் ஒரே கடவுள் என்னும் கொள்கையைக் கொண்ட மதம். இறைனால் முகமது நபிக்கு சொல்லப்பட்ட செய்திகளின் தொகுப்பான குர் ஆன் எனப்படும் வேதத்தை அடிப் படையாகக் கொண்டு இயங்கு கிறது.

இறைவனை நம்பு வதன் மூலம் அவனது கட்டளைப்படி நடந்தால், முடிவற்ற மறுமை வாழ்வின் சுகங்களைப் பெற முடியும் என்பது இஸ்லாமின் உறுதி யான நம்பிக்கை. இறை நம்பிக்கை, இறை வணக்கம், நோன்பு, கட்டாயப் பொருள்தானம், மெக்காவை நோக்கிய புனிதப் பயணம் ஆகியவை இஸ்லாமின் கட்டாயக் கடமை.

கி.பி. 7ஆம் நூற்றாண்டில் முகமது நபி இந்த மார்க்கத்தை மெக்கா நகரில் பரப்பத் தொடங்கினார். '

உலகின் முதல் மனிதர் ஆதாம் முதலாக இறைவனால் அனுப்பப்பட்ட இறை தூதர்களில் இறுதியானவராக முகமது நபி அடையாளப்படுத்தப்படுகிறார்.

இஸ்லாம்

நூஹ் (அலை) நோவா - இப்ராகிம் (அலை), ஆபிரகாம் - இஸ்மாயில் (அலை), தாவூத் (அலை), மூசா (அலை), மோசஸ் - ஈசா (அலை), இயேசு ஆகியோரும், பிற இறை தூதர்களும் உலகின் பல பகுதிகளுக்கும் அனுப்பப்பட்டார்கள். அவர்கள் அனைவருமே ஒரே நெறியைத்தான் போதித்தார்கள்.

இதே சங்கிலித் தொடரில் வந்தவரே முகமது (ஸல்).

ஆனால் முகமது (ஸல்) அவர்களுக்கு வழங்கிய திருமறை அல் குர்ஆன் இஸ்லாத்திற்கு ஒரு முழு வடிவம் தருவதாகவும் இதற்கு முன் சென்ற நபிமார்களின் வாழ்க்கையை உறுதி செய்வதாகவும் இருக்கிறது.

இஸ்லாம் என்ற சொல்லின் மூலம் குர்ஆன் ஆகும். இது ஸ் - ல் - ம் என்னும் மூன்று அரபி எழுத்துகளில் இருந்து உருவான ஒரு வினைப் பெயர்ச் சொல்.

ஏற்றுக்கொள்ளுதல், ஒப்படைத்தல், கீழ்ப்படிதல் ஆகிய பொருள்களில் இது ஒலிக்கும். இதன் அர்த்தம் கடவுளை ஏற்றுக் கொண்டு, தம்மை அவனிடம் ஒப்படைத்து, அவனை வழிபடுவது என்பதாகும்.

“கடவுள் ஒருவனே. அவனே அல்லாஹ். அவனைத் தவிர வேறு கடவுள் இல்லை“ என்பது இஸ்லாமின் அடிப்படை நம்பிக்கை ஆகும்.

அல்லாஹ் என்பது கடவுள் என்ற பொருள் கொண்ட பால்வேறுபாடு காட்டாத ஒரு படர்க்கைச் சொல். இது அரேபிய நாடோடிக் குழுக்கள், தங்கள் தெய்வத்தைக் குறிக்க பயன்படுத்திய சொல் என்பது குறிப்பிடத்தக்கது.

முகமது நபிக்கு முன்னர் வந்த இறை தூதர்களான மூசாவிற்கு தவ்ராத் என்னும் வேதமும், தாவூத்திற்கு சபூர் என்னும் வேதமும், ஈசாவிற்கு இஞ்சில் என்னும் வேதமும் இறைவனால் கொடுக்கப் பட்டதாக குர்ஆன் கூறுகிறது.

எனினும் இந்த வேதங்கள் காலப்போக்கில் மனிதர்களால் திருத்தப்பட்டன. எனவே திருத்தப்படாத, திருத்தவே முடியாத, இறுதியான வேதமாக குர்ஆன், முகமது நபி மூலமாக வழங்கப் பட்டதாகவும் அதில் கூறப்பட்டுள்ளது.

விதி எனப்படுவது மனித அறிவுக்கு அப்பாற்பட்டது. அதன் புரிதல் இறைவனுக்கு மட்டுமே உண்டு என்று நம்புவது

முகமது நபிக்கு குர்ஆன் ஓதப்பட்ட ஹிரா குகை

இஸ்லாமின் முக்கியக் கடமை. விதியைப் பற்றி சிந்திப்பதையோ அல்லது அதைப் பற்றி தர்க்கம் செய்வதையோ குரான் தடுக்கிறது

மேலும் தன்னைச் சேர்ந்தவர்கள் கண்டிப்பாகக் கடைப் பிடிக்க வேண்டியவை ஐந்து கடமைகள் என்று இஸ்லாம் கூறு கிறது. இதனை, 'இஸ்லாத்தின் ஐந்து தூண்கள்' என்று அழைக்கின் றனர். அவை கலிமா, தொழுகை, நோன்பு, ஜகாத், ஹஸ்.

கலிமா என்பது இறைவனைத் தவிர வேறு எதுவும் இல்லை என்றும், முகமது நபி இறைவனின் தூதராக இருக்கிறார் என்றும் நம்புவதாகும். இதனை நம்பி சாட்சி பகர்ந்தால் மட்டுமே ஒருவர் முஸ்லீம் ஆகிறார்.

தொழுகை என்பது வயது வந்த அனைத்து முஸ்லீம்களும் தினமும் ஐந்து வேளை அல்லாவைத் தொழ வேண்டும். மனநோயாளிகள், சிறுவர்கள், மாதவிடாய் காலத்துப் பெண்கள் ஆகியோருக்கு மட்டுமே இதிலிருந்து விதிவிலக்கு உண்டு. பயணம் செய்கிறபோது தொழுகைகளைச் சேர்த்து தொழுவதற்கும், குறைத்து தொழுவதற்கும் இஸ்லாம் அனுமதியளிக்கிறது.

நோன்பு என்பது இஸ்லாமிய நாட்காட்டியின் ஒன்பதாவது மாதமான ரமலான் மாதம் முழுவதும் அனுசரிக்கப்படுவது. அதிகாலை சூரிய உதயத்திற்கு முன்பிருந்து, சூரியன் மறையும் வரை உண்ணாமல் இருக்க வேண்டும். தண்ணீர்கூட அருந்தக் கூடாது. மது, புகை பிடித்தல் போன்ற தீய பழக்கங்கள் அறவே கூடாது.

ஜகாத் என்பது வளர்ச்சி அடைதல், தூய்மைப்படுத்துதல் என்பனவாகும். வசதி படைத்தோர் தங்கள் செல்வத்தில் நான்கில் ஒரு பங்கினை ஏழைகளுக்குக் கொடுப்பதாகும். ஏழைகளுக்கும், கடன்பட்டோர்க்கும், தங்கள் தேவையைத் தாங்களே பூர்த்தி செய்ய முடியாதவர்களுக்கும் கொடுக்கப்பட வேண்டும்.

ஹஜ் என்பது இஸ்லாமியர்களுக்கான புனித யாத்திரையைக் குறிப்பிடுவது. பொருளாதார வசதியும், உடல் வலிமையும் இருக்கும் நிலையில் மெக்காவிற்குப் புனித யாத்திரை மேற்கொள்ள வேண்டும். மனிதர்கள் அனைவரும் சமம் என்பதை உணர்த்து வதற்காகக் கடைப்பிடிக்கப்படுகிறது. நிறத்தால், இனத்தால், மொழியால் எவரும் ஒருவரைவிட ஒருவர் உயர்ந்தவரோ, தாழ்ந்த வரோ இல்லை என்பதும், இறைவன் முன்னால் அனைவரும் சரிசமம் என்று உணர்ந்து அவனை அடிபணிதல் வேண்டும் என்பதையும் கற்றுத் தருகிறது.

இஸ்லாமிய மாதங்களில் ஒன்றான துல்ஹஜ் மாதத்தின் 8 முதல் 12 வரை கடைப்பிடிக்கப்படும் ஹஜ், வசதி இல்லாதோரை வற்புறுத்துவது இல்லை.

மதப் பிரிவுகள்

சன்னி மற்றும் ஷியா என்னும் இரு பெரும் பிரிவினைக் கொண்டதாக இஸ்லாம் விளங்குகிறது.

உலகின் மொத்த இஸ்லாமிய மக்கள் தொகையில் 75 முதல் 90 சதவீதம் பேர் சன்னி முஸ்லீம்களாகவே உள்ளதால், இதுவே மிகப் பெரிய பிரிவாக அமைந்துள்ளது. சுன்னத் என்பதில் இருந்து சன்னி என்னும் பெயர் வந்ததாகக் கூறப்படுகிறது. முகமதைப் பின்பற்றுதல் என்பது இதன் பொருளாகும்.

ஈராக், ஈரான் மற்றும் ஓமன் ஆகிய நாடுகளைத் தவிர்த்து மற்ற அனைத்து இஸ்லாமியர்கள் வாழும் நாடுகளிலும் சன்னி முஸ்லீம்களே பெரும்பான்மையாக உள்ளனர்.

ஷியா முஸ்லீம் பிரிவு இஸ்லாமிய உட்பிரிவுகளில் இரண்டாம் இடத்தைப் பெற்றுள்ளது. இது உலகின் மொத்த இஸ்லாமிய மக்கள் தொகையில் 10 முதல் 20 சதவீதத்தைப் பெற்றுள்ளது. ஈராக், ஈரான், ஓமன் ஆகிய நாடுகளில் ஷியா பிரிவினரே பெரும்பான்மையாகக் காணப்படுகின்றனர்.

இதில் இன்னும் அதிகமான உட்பிரிவுகளும் உள்ளன. அவற்றில் 'பன்னிருவர் பிரிவு' முதலிடத்தை வகிக்கிறது. இதன் அநேக நடைமுறைகள் சன்னி முஸ்லீம்களின் நடைமுறைகளோடு ஒத்துப் போகின்றன. மேலும், இஸ்மாலி, செய்யதி போன்ற இன்னபிற பிரிவுகளும் உள்ளன.

சூபிசம்

சூபிசம் என்பது மத்திய காலத்தில் ஏற்பட்டது. இஸ்லாமிய ஆட்சியாளர்களின் பகட்டான ஆட்சி முறையை எதிர்த்து தொடங்கப்பட்டதே சூபிசம்.

துறவறம், தவம், இசை ஆகியவற்றின் மூலமாகவே இறை வனை அடைய முடியும் என்பது இவர்களின் நம்பிக்கை. இவ்வா றாக இறைவனை அடைந்தவர்கள் சூபிகள் என்று அழைக்கப் பட்டனர்.

இவர்களுக்கென்று தனியான சட்டங்கள் எதுவும் இல்லை.

சன்னி மற்றும் ஷியா இஸ்லாமிய முறைகளைப் பின்பற்றும் இவர்களிடம் தர்கா என்பது பிரதான வழிபாட்டு முறையாக அமைந்துள்ளது.

பின்பற்றுதல்

இஸ்லாம் பற்றி 2010ஆம் ஆண்டு 232 நாடுகளில் ஒரு ஆய்வு மேற்கொள்ளப்பட்டது. அதன்படி சுமார் 150 கோடி மக்கள் இஸ்லாம் மதத்தைப் பின்பற்றுவது தெரியவந்துள்ளது. உலக மக்கள் தொகையில் இது 23 சதவீதம் ஆகும்.

ஏறத்தாழ உலகின் ஐம்பது நாடுகளில் இஸ்லாம் பெரும்பான்மை உள்ள மதமாக விளங்குகிறது. ஆசியா மற்றும் ஆப்பிரிக்கக் கண்டங்களில் அதிகளவில் பரவி உள்ளது. ஆசியா கண்டத்தில் மொத்த இஸ்லாமிய மக்கள் தொகையில் 63 சதவீதம் பேர் இருக்கின்றனர்.

இந்தோனேஷியா, இந்தியா, பாகிஸ்தான், வங்கதேசம் ஆகிய நாடுகளில் அதிகம் பேர் வசிக்கின்றனர். எகிப்து மற்றும் நைஜீரியா போன்ற ஆப்பிரிக்க நாடுகளிலும் அதிக எண்ணிக்கையில் இஸ்லாமியர்கள் வசிக்கின்றனர்.

ஐரோப்பாவைப் பொருத்தமட்டில் துருக்கியில் அதிகளவில் இஸ்லாமியர்கள் வசிக்கின்றனர். அமெரிக்காவில் 70 லட்சம் இஸ்லாமியர்கள் உள்ளனர்.

பரவல்

இஸ்லாம் என்பது முகமது நபியால் அறிவிக்கப்பட்டது முதல் வளர்ச்சி நிலையிலேயே இருந்து வருகிறது. ஆரம்பத்தில் அரேபியா முழுவதும் பரவிய இஸ்லாம், ராசூத்தின் கலிபாக்கள், உமய்யா கலிபாக்கள், அப்பாசிய கலிபாக்கள், உதுமானிய பேரரசு உள்ளிட்ட பல்வேறு இஸ்லாமிய பேரரசுகளால் உலகம் முழுவதும் பரவியது.

முகமது நபியின் மரணத்தை அடுத்து மூன்று ஆண்டுகள் கழித்து, மேற்கே அட்லாண்டிக் சமுத்திரம் தொடங்கி கிழக்கே மத்திய ஆசியா வரை இஸ்லாமியப் பேரரசு ஆட்சியின் கீழ் வந்தது.

பின்னர் மத்திய காலத்தின் பிற்பகுதியில் மங்கோலியப் படையெடுப்பு, தொற்று நோய்ப் பரவலினால் ஏற்பட்ட உயிரிழப்புகளினாலும் பாரசீகம் முதல் எகிப்து வரை பரவியிருந்த இஸ்லாமிய சாம்ராஜ்யம் நலிவடைந்தது.

18 மற்றும் 19ஆம் நூற்றாண்டுகளில் இஸ்லாமிய சாம்ராஜ்யங்களின் ஆளுகைக்குட்பட்ட பல பகுதிகள் ஐரோப்பிய வல்லரசுகளின் ஆதிக்கத்தின் கீழ் வந்தன.

முதலாம் உலகப் போருக்குப் பின்னர் ஏற்பட்ட ஒப்பந்தத்தை அடுத்து உதுமானிய பேரரசின் பகுதிகள் பல நாடுகளாகப் பிரிந்தன. இதன்காரணமாக 1924ஆம் ஆண்டு இஸ்லாமிய சாம்ராஜ்யம் முடிவுக்கு வந்தது.

இருபதாம் நூற்றாண்டில் கம்யூனிசம் காலூன்றிய காலக் கட்டத்தில் அதன் சித்தாத்தங்கள் இஸ்லாம் மத வளர்ச்சியையும் தடுத்து நிறுத்தியது. எனினும் 21ஆம் நூற்றாண்டின் ஆரம்பம் முதல் அரசியல் விவகாரங்களில் இஸ்லாம் ஒரு முக்கிய பாத்திரத்தை வகிக்கத் தொடங்கி உள்ளது.

மெக்கா

இஸ்லாமியர்களின் பிரார்த்தனைக் கூடமாக விளங்குவது மசூதிகள். உலகில் உள்ள மசூதிகள் அனைத்துமே சவூதி அரேபியாவில் உள்ள மெக்கா நகரில் அமைந்துள்ள புனித காபாவை நோக்கியே கட்டப்படுகின்றன என்பது குறிப்பிடத்தக்கது.

மசூதிகள் பிரார்த்தனைக்காக மட்டுமல்லாமல், தங்கள் பொதுப் பிரச்சனைகளைக் கலந்து பேசுவதற்கும், இஸ்லாமியக் கல்வியைக் கற்பதற்கு உதவும் இடமாகவும் விளங்குகின்றன.

7ஆம் நூற்றாண்டு வரை அரேபிய பாணியில் மட்டுமே கட்டப்பட்டு வந்த மசூதிகள், தற்போது புதிய கலாச்சார, கட்டட அமைப்பிலும் கட்டப்பட்டு வருகின்றன.

இவ்வாறு மசூதிகளிலேயே முதன்மையானதாகக் கருதப்படும் காபா மசூதி மெக்காவில் உள்ளதால் அது இஸ்லாமியர்களின் புனிதத் தலமாக விளங்குகிறது.

உலகின் எந்த மூலையில் இருந்து தொழுகை நடத்தினாலும் அவர்கள் காபா உள்ள திசையை நோக்கியே தொழுகை நடத்துகிறார்கள் என்றால் இதன் புனிதத் தன்மையை விளக்கிச் சொல்லத் தேவையே இல்லை.

'அகிலத்தின் நேர் வழிக்குரியதாகவும், பாக்கியம் பொருந்தியதாகவும், மனிதர்களுக்காக அமைக்கப்பட்ட முதல் ஆலயம் பக்காவில் உள்ளதாகும்' என்கிறது அல்குர்ஆன்.

பக்கா என்பது மெக்காவாகும்.

இங்குள்ள காபா கோயில்தான் உலகிலேயே மனிதனால் இறைவனை வணங்க கட்டப்பட்ட முதல் கோயிலாகும். இறைவனால் உலகிற்கு முதன்முதலாக அனுப்பப்பட்ட மனிதனான ஆதாம், பூமியில் இறைவனை வணங்குவதற்காக இந்த கோயில் அமைக்கப்பட்டதாக நம்பப்படுகிறது.

இதன்பின்னர் பல ஆண்டுகள் கழித்து இந்த மசூதியைப் புனர் நிர்மாணம் செய்வதற்காக இப்ராகிமை இறைவன் நாடினார். அதற்கான சூழலை ஏற்படுத்த இப்ராகிம், அவரது மனைவி ஆசுரா மற்றும் கைக்குழந்தையாக இருந்த மகன் இஸ்மாயில் ஆகியோரை அங்கு குடியேற ஆவன செய்கிறார்.

அந்த இடம் அப்போது மக்கள் நடமாட்டமே இல்லாத பகுதியாக இருந்தது. சொட்டுத் தண்ணீர்கூட இல்லாத பள்ளத் தாக்காகவும் மெக்கா அப்போது இருந்தது.

இப்படிப்பட்ட பயங்கரமான இடத்தில் தன் மனைவி ஆசுராவையும், மகன் இஸ்மாயிலையும் தனியே விட்டுவிட்டு எங்கோ சென்றுவிட்டார் இப்ராகிம். இறைவனின் கட்டளை என்பதால் இதைத் துணிச்சலுடன் ஏற்றுக்கொண்டு அங்கேயே தங்கிவிட்டார் ஆசுரா.

தாயும், மகனும் தண்ணீருக்காகத் தவித்த வேளையில், இறைவன் கருணைகாட்டினார். திடுமென்று தண்ணீர் ஊற்று அங்கே பெருக்கெடுத்து ஓடுகிறது. இன்று வரை அந்த ஊற்றில் சுவையான தண்ணீர் பெருக்கெடுத்து வந்து கொண்டிருப்பது குறிப்பிடத்தக்கது.

அவ்வழியே வந்த பயணிகள் அங்கே தண்ணீர் வருவதைப் பார்த்து மகிழ்ச்சியடைந்து அங்கேயே தங்கத் துவங்கினர். இதனால் அவர்களின் உணவுத் தேவை பூர்த்தியாயிற்று.

கைக்குழந்தையாக இருந்த இஸ்மாயில் இளைஞனாக வளர்ந்த சமயத்தில் அவனது தந்தை இப்ராகிம் மீண்டும் அங்கே திரும்பி வந்தார். ஆள்அரவமே இல்லாமல் இருந்த அந்த இடத்தில் ஒரு ஊரே உருவாகி இருந்தது.

ஆதாம் கட்டிய காபாவின் அடித்தளம் மட்டுமே காணப்பட்டது. அதில் காபா கோயிலை தனது மகனுடன் இணைந்து கட்டினார் இப்ராகிம்.

அவ்வாறு கட்டியதற்கான வரலாற்றுச் சான்றுகள் உள்ளன.

மெக்கா

மதீனா

அது முதல் இன்று வரை மக்கள் வழிபடும் புனித இடமாக காபா இருந்து வருகிறது. இந்த இடம் உலகம் அழியும் வரை இருக்கும் என்பது உறுதியான நம்பிக்கை.

'வரலாற்று ஆய்வுக்கு எட்டாத மிகத் தொன்மையான திருத்தலம் காபா' என்று வரலாற்று ஆய்வாளர்கள் கூறுகின்றனர். இந்தப் பழமைமிக்க கோயில் எத்தனை முறை சேதமடைந்துள்ளது, எத்தனை முறை புதுப்பிக்கப்பட்டுள்ளது என்பதற்கான சரியான வரலாற்றுக் குறிப்புகள் கிடையாது.

ஆனால் இப்ராகிம் காலத்தில் காபா சிதிலமடைந்த நிலையில் தான் இருந்தது குறிப்பிடத்தக்கது.

கோயில் சேதமடைகிற போதெல்லாம் அப்போதைய மக்களால் புனர்நிர்மாணம் செய்யப்பட்டு வந்தது.

இஸ்லாமியர்கள் திசையைப் பார்த்து தொழுவதாக ஒரு கூற்று உண்டு. ஆனால் உண்மையில் அவர்கள் காபா இருக்கும் திசையைப் பார்த்தே தொழுகிறார்கள் என்பதுதான் உண்மை.

ஒரே நேரத்தில் அனைவரும் நோன்பிருக்க வேண்டும், ஒரே நேரத்தில் நோன்பை விடவேண்டும், தொழுகையை குறிப்பிட்ட நேரத்தில் காபாவை நோக்கித் தொழ வேண்டும் என்பன உள்ளிட்ட ஒழுங்கு முறைகள் இஸ்லாமில் காணப்படுகின்றன.

உலகில் கட்டப்பட்ட முதல் கோயில் என்பதால் காபாவில் செய்யும் நற்செயல்கள் ஒவ்வொன்றுக்கும் பன்மடங்கு அதிக நன்மைகள் கிட்டும் என்பது நம்பிக்கை.

14 மீட்டர் உயரம், 10.5 மீட்டர் நீளம், 12 மீட்டர் அகலம் உடைய கனசதுர கட்டடம்தான் காபா என்று அழைக்கப்படுகிறது. அதனுள்ளே மூன்று தூண்கள் அமைந்துள்ளன. அதன் ஒருபுறம் மட்டுமே கதவு உள்ளது. ஜன்னல்கள் கிடையாது. மின் விளக்குகளும் இல்லை. அதற்குள் சுமார் ஐம்பது பேர் மட்டுமே தொழுகை நடத்தும் இடம் உள்ளது. காபா உட்புறம் முழுவதும் உயர்தர சலவைக் கற்களால் கட்டப்பட்டுள்ளது.

தற்போது கூட்டம் அதிகரித்த காரணத்தால் அதனுள்ளே தொழுகை நடத்த அனுமதிப்பது கிடையாது. ஆண்டுக்கு ஒரு முறை மட்டுமே சுத்தம் செய்வதற்காக அதன் கதவு திறக்கப்படுகிறது. அப்போது பணியாட்கள் மட்டுமே உள்ளே செல்ல அனுமதிக்கப்படுகின்றனர்.

காபா இருக்கும் இடத்தைச் சுற்றி சில கிலோ மீட்டர் தூரத்திற்கு புனிதமான இடம் என்று நபியால் அறிவிக்கப் பட்டுள்ளது. மேலும் இந்த இடத்தில் தாவரங்களைப் பிடுங்குவதும், புழு, பூச்சி உட்பட எந்தவொரு உயிரினத்திற்கும் தீங்கு விளைவிப்பதும் கூடாது என்றும் அவர் கூறியுள்ளார்.

ஹிஜாஸ் என்று தற்போது அழைக்கப்படும் பகுதி, பூர்வீக மக்களால் பெரிதும் வணங்கப்பட்ட கௌரவமான பகுதி என்று வரலாற்று ஆசிரியர் டியோடரஸ் குறிப்பிடுகிறார்.

அங்கு கல்லால் ஆன ஒரு பலி பீடம் இருந்தது என்றும், தொன்மையான அதனைத் தரிசிக்க நாலா திசைகளில் இருந்தும் மக்கள் அங்கு வந்தனர் என்றும் மேலும் அவர் தெரிவிக்கிறார்.

மெக்காவில் ஒரு அகிம்சாவாதியாகவும், எச்சரிக்கை செய்பவராகவும் 13 ஆண்டுகளைக் கழித்தார் நபிகள்.

மதீனா

சவூதி அரேபியாவில் அமைந்துள்ள பழமையான நகரங்களில் இதுவும் ஒன்று. இஸ்லாமியர்களின் புனித நகரமாக விளங்கும் மதீனாவில்தான் உலகின் முதல் இஸ்லாமியப் பள்ளி வாசலான மஸ்ஜித் அந்நபவியை முகமது நபி கட்டினார்.

மெக்காவில் இருந்து நபிகள் மதீனாவிற்கு இடம்பெயர்ந்த போது, எதிரிகள் அவரைக் கொலை செய்ய முயன்றார்கள். அப்போது நபியும், அபூபக்கரும் ஹீரா என்னும் குகையில் சில நாட்கள் ஒளிந்திருந்தார்கள். பின்னர்தான் மதீனாவிற்கு வந்தார்கள்.

அங்கு வந்த உடனேயே அவர் குடியிருக்க வீடு கட்டத் துவங்கிவிட்டார்கள். அதுவரை அபுஅல்யூப் அன்சாரி என்பவரின் உறவினர் வீட்டில் நபிகள் தங்கியிருந்தார்.

அப்போது வானவர் ஜிப்ரில் நபிகள் நாயகத்திடம் வந்து, 'நபியே! ஓதுவீராக' என்று ஆரம்பிக்கும் திரு குர்ஆனின் முதல் வசனம் அருளப்பட்டது.

மஸ்ஜித் பள்ளிவாசலை அடுத்து அமைந்துள்ள நபிகள் வாழ்ந்த வீட்டில்தான், அவரது உடலும் அடக்கம் செய்யப் பட்டுள்ளது.

மதீனாவிற்கு வந்தபோது அங்கு குடிநீர் பிரச்சனை ஏராளமாக இருந்தது. குடிநீருக்காக அதிகப் பணத்தை அவ்வூர் வாசிகள் செலவு செய்ய வேண்டிய துர்ப்பாக்கிய நிலை இருந்தது.

உடனே தன் நண்பர்களை அழைத்த நபிகள், 'மதீனாவில் இருக்கும் குடிநீர் கிணற்றை யார் விலைக்கு வாங்கி மக்களுக்கு இலவசமாகத் தருகிறாரோ அவருக்கு 'அல்லா' சொர்க்கத்தை வழங்குவான்' என்றார்.

கஸ்ரத் உஸ்மான் என்பவர் அந்தக் கிணற்றை 25 ஆயிரம் திரகம்ஸ் கொடுத்து வாங்கி, மக்களுக்கு இலவசமாக அளித்தார்.

மதீனாவில் போர் புரியும் ஒப்பற்ற வீரராக பத்து ஆண்டுகளைக் கழித்தார் முகமது நபி.

கி.பி. 622 மற்றும் 623ஆம் ஆண்டில் மெக்காவில் இருந்து மதீனாவிற்கு நபிகள் இடம் பெயர்ந்ததை 'ஹிஜ்ரா' என்பார்கள்.

ஹிஜ்ரா என்றால் தனது உடைமைகள் அனைத்தையும் துறந்துவிட்டு, தனது மார்க்கத்தைக் காப்பாற்றிக் கொள்வதற்காக, சொந்த இடத்தை விட்டு அந்நிய இடத்திற்குச் செல்லுவது ஆகும்.

இந்த நாளில் இருந்தே இஸ்லாமியர்களின் நாட்காட்டி ஆரம்பமாவது குறிப்பிடத்தக்கது. அதுவரை சந்திரனை அடிப்படையாகக் கொண்ட நாட்காட்டியை அவர்கள் பயன்படுத்தி வந்தனர்.

புனிதத்துவம் மிகுந்த மதீனாவில் நபிகள் வாழ்ந்த இல்லமும், அவர் பிரசங்கம் செய்த மேடையும் இன்றும் அப்படியே பாதுகாத்து வரப்படுகிறது.

மேலும் மதீனா நகரில் உலகப் புகழ்பெற்ற இஸ்லாமியப் பல்கலைக் கழகம் அமைந்துள்ளது.

இஸ்லாமியர்களின் இரண்டாவது புனித நகரமாக விளங்கும் மதீனா, மேற்கு சவூதி அரேபியாவின் ஹெஜாஸ் பிராந்தியத்தில் உள்ள மதீனா மாகாணத்தின் தலைநகராக உள்ளது.

இந்நகரம் அதற்கு முன்பாக யாத்ரிப் என்று அழைக்கப்பட்டு வந்தது. முகமது நபி இதற்கு 'மதீனா' என்ற பெயரைச் சூட்டினார்.

மதீனாவில்தான் இஸ்லாமின் மூன்று பழம்பெரும் மசூதிகள் உள்ளன. தீர்க்கதரிசி அல்மசித் அந்நபவி மசூதி, இஸ்லாமிய வரலாற்றில் முதல் மசூதியாக விளங்கும் குபா மசூதி, மஸ்ஜித் அல்குய்ப்லாடின் மசூதி ஆகியவையே அந்த மூன்று மசூதிகள்.

மெக்காவைப் போன்றே மதீனாவிலும் இஸ்லாமியர்கள் மட்டுமே நுழைய முடியும்.

ஹஜ்

அமெரிக்கா முதல் சீனா வரை உலகின் அனைத்து நாடுகளில் இருந்தும் இஸ்லாமியர்கள் ஒரு குறிப்பிட்ட இடத்தில், குறிப்பிட்ட நாளில் ஒன்று கூடி, தங்களின் ஒரே இறைவனை வணங்கிடும் நாள்தான் ‘ஹஜ்’ ஆகும்.

நிறம், இனம், தோற்றம், பணம், பதவி போன்ற எந்தவிதமான பாகுபாடும் இல்லாமல் சமத்துவத்துடன், எளிமையான உடை அணிந்தே இந்த வழிபாட்டை நடத்த வேண்டும் என்பது கட்டாயக் கடமை.

இஸ்லாமிய வழிபாடுகளிலேயே மிகுந்த மகத்துவம் உடையது ஹஜ். இஸ்லாத்தின் அடிப்படைக் கடமைகளில் ஹஜ் தனிக்கவனம் பெறுகிறது.

ஏனெனில் உடல், பொருள் இரண்டும் சார்ந்த கடமையை அது வலியுறுத்துகிறது.

ஹஜ் கடமையை நிறைவேற்றுவதற்கு உடல் பலமும் தேவை. அத்துடன் பொருள் வளமும் கட்டாயத் தேவை.

இஸ்லாத்தின் ஐம்பெரும் கடமைகளில் ஒன்றாக விளங்குகிறது ஹஜ்.

உலகெங்கிலும் இருந்து தரை வழியாகவும், கடல் வழியாகவும், வான் வழியாகவும் புனித மெக்காவில் அமைந்துள்ள காபாவை நோக்கித் தங்கள் ஹஜ் கடமையை நிறைவேற்ற ஆண்டுதோறும் இஸ்லாமியர்கள் குறிப்பிட்ட நன்னாளில் அங்குவந்து குவிவது வழக்கம்.

நபிமார்களின் தந்தை இப்ராகிம் கட்டிய புனிதக் கோயில் என்பதால் இது மிகவும் சிறப்பினைப் பெற்றுள்ளது. இப்புனிதப் பள்ளிவாசல் உலகம் முழுவதிலும் உள்ள இஸ்லாமியர்களின் கிப்லாவாக (திசையாக) அமைந்துள்ளது.

உலக ஆசைகள், சுகபோகங்களில் மூழ்கிக் கிடக்கும் மனிதனைப் பக்குவப்படுத்தும் பலம் பொருந்தியது ஹஜ்.

துல்ஹஜ் மாதத்தின் 8ஆம் நாள் முதல் 12ஆம் நாள் வரை சவூதி அரேபியாவில் உள்ள மினா, அரபாத், முஸ்தலிபா ஆகிய இடங்களில் தங்குவார்கள். அப்போது செய்ய வேண்டிய கடமைகளை நிறைவேற்றுவார்கள். மெக்கா நகரில் உள்ள காபாவைத் தொழுவார்கள்.

இவை அனைத்தும் ஹஜ் யாத்திரையின் மிக முக்கிய அம்சங்களாகும்.

ஹிஜ்ரா நாட்காட்டி சந்திர நாட்காட்டி என்பதால் ஆங்கில நாட்காட்டியைவிட பதினோரு நாட்கள் குறைவாக இருக்கும்.

ஹஜ் புனிதப் பயணத்தை மேற்கொள்ளும் இஸ்லாமியர்கள் ஒவ்வொருவரும் இஹ்ராம் என்னும் புனித நிலையில் இருக்க வேண்டியது கட்டாயம்.

ஹஜ் புனிதக் கடமையானது முகமது நபியின் காலத்தில் கி.பி. 7ஆம் நூற்றாண்டில் ஆரம்பித்தது. ஆனால் அதற்கும் முன்னரே இப்ராகிம் காலத்திலேயே மெக்கா நகருக்கு ஆயிரக்கணக்கானோர் புனித யாத்திரை செய்தனர்.

அவர்கள் காபாவை ஏழு முறை இடப்புறமாக வலம் வந்தனர். பின்னர் அல்சபா மற்றும் அல்மார்வா மலைகளின் நடுவே மாறி மாறி ஓடினர். அரபா மலையில் தங்கினர். ஜம்ஜம் கிணற்றின் புனித நீரைப் பருகினார்கள். சைத்தானின் மீது கல்லெறிந்து வழிபட்டனர். மொட்டையடித்துக் கொண்டார்கள். ஒரு கால்நடையைப் பலியிட்டு 'ஈதுல் அல்லா' என்னும் மூன்று நாள் திருவிழாவான தியாகத் திருநாளைக் கொண்டாடினார்கள்.

இப்ராகிமின் காலமான கி.மு. இரண்டாயிரம் ஆண்டு முதலே ஹஜ் புனிதப் பயணம் நடைபெற்று வருகிறது என்பது வியப்பிற்குரிய உண்மை.

இப்ராகிம், தனது மனைவி ஆசுரா மற்றும் அவரது குழந்தை இஸ்மாயில் ஆகிய இருவரையும் பாலைவனத்தில் தனியே விட்டு விட்டு எங்கோ சென்றுவிட்டார் என்பதை ஆபிரகாமிய சமயங்கள் தெரிவிக்கின்றன.

ஆபிரகாமிய சமயங்கள் என்னும்போது யூதம், கிறிஸ்தவம், இஸ்லாம் ஆகியவை அடங்கும்.

குழந்தை இஸ்மாயில் தண்ணீர் தாகத்தால் தவித்தார். துடித்தார். குழந்தையின் தாகத்தைத் தணிப்பதற்காக அந்தத் தாய் அல்சபா மற்றும் அல்மார்வா மலைகளின் நடுவே ஏழு முறை மாறி மாறி ஓடினார்.

அப்போது குழந்தை இஸ்மாயில் தாகத்தின் உச்சகட்டமாகத் தனது காலால் தரையை உதைத்தார்.

என்னவொரு ஆச்சரியம்!

அவர் காலால் உதைத்த இடத்தில் தண்ணீர் ஊற்றாகப் பெருகியது. இதுவே இன்று ஜம்ஜம் கிணற்றின் புனித நீராக விளங்குகிறது.

நபிகள் காலத்திற்கு முன்னரே அரேபிய தீபகற்பம் முழுவதும் உள்ள பழங்குடியினர் அனைவரும் ஒவ்வொரு ஆண்டும் மெக்கா நகரில் ஒன்று கூடினர்.

எதற்காக, என்ன காரணத்திற்காக அவர்கள் இப்படிக் கூடினார்கள் என்பது யாருக்கும் தெரியவில்லை. ஆனால் அவர்களுடன் அரேபியாவில் உள்ள கிறிஸ்தவர்களும் கலந்து கொண்டனர்.

எனவே, இதனை 'அஞ்ஞானிகள் கூடும் இடம்' என்று அழைத்தனர்.

நபிகள் நாயகத்திற்கு முந்தைய காலத்தை 'ஜாஹிலியா' என்று இஸ்லாமிய வரலாற்று ஆய்வாளர்கள் அழைக்கின்றனர். ஜாஹிலியா என்றால் 'அறியாமை நாட்கள்' என்று பொருள்.

அன்றைய நாட்களில் நூற்றுக்கணக்கான வழிபாட்டிற்குரிய கடவுள் சிலைகள் காபாவில் இருந்தன. இச்சிலைகள் அனைத்தும் ஒவ்வொரு பழங்குடியின மக்களின் சிலைகளாக இருந்தன.

அவற்றில் ஹுபல், அல்லாத், அல்உஸ்ஸா, மனாத் போன்று அரேபிய புராணக் கடவுளரின் சிலைகளும், கிறிஸ்தவர்களின் தெய்வங்களான இயேசுநாதர் மற்றும் அன்னை மரியாளின் சிலைகளும் காணப்பட்டன.

நபி கடவுளின் ஆசியைப் பெறுவதற்கு முன்பாகவே அவர் உம்ராவில் ஈடுபட்டதாகக் கூறப்படுகிறது.

'உம்ரா' என்றால் அல்சபா மற்றும் அல்மார்வா மலைகளின் நடுவே ஏழு முறை ஓடி தலையை மழித்துக் கொள்வது..

இஸ்லாமியர்கள் பெரு நகரங்களில் ஒன்றாகக் கூடி பின்னர் மெக்கா நகருக்குப் பாதயாத்திரை சென்றதாக வரலாற்றுக் குறிப்புகள் பதிவு செய்துள்ளன.

கி.பி. 631ஆம் ஆண்டு முகமது நபி மதீனா நகரில் இருந்து தன் ஆதரவாளர்களுடன் மெக்கா நோக்கி வந்தார். இவ்வாறு நபிகளின் ஹஜ் பயணம் முதன்முறையாக அமைந்தது. ஒருமுறை மட்டுமே அவர் ஹஜ் பயணம் மேற்கொண்டார் என்பது குறிப்பிடத்தக்கது.

அப்போது அவர் காபாவை சுத்தப்படுத்தி, அங்கிருந்த சிலைகளை அகற்றினார். பின்னர் அதைக் கடவுளின் வீடாக அறிவித்தார். அப்போதைய முக்கிய நகரமான கெய்ரோவில், அந்நாட்டு சுல்தானின் புகழ்பெற்ற பாப் சுவேலா வாயிலின் அருகே ஒரு தளமேடையின் மீதிருந்து இப்புனிதப் பயணத்தின் அதிகாரப் பூர்வ தொடக்கத்தை நபிகள் கண்டுகளிப்பார்.

அதற்கு முன்னர் முகமது நபியின் நண்பர் அபூபக்கரை ஹஜ் தலைவராக நியமித்து அந்தக் கடமையை நிறைவேற்றினார் என்று இஸ்லாமிய வரலாறு கூறுகிறது.

அக்காலத்தில் ஹஜ் பயணம் என்பது மிகவும் ஆபத்தாக இருந்தது. தண்ணீர் தாகத்தால் மடிந்த பல பயணிகளின் எலும்புக் கூடுகளைக் கண்டதாக இபன் கைபர் என்பவர் தெரிவித்துள்ளார்.

ஏழாம் நூற்றாண்டில் எகிப்து நாட்டின் புனிதப் பயணிகளில் ஆயிரத்து ஐநூறு பேரும், 900 ஒட்டகங்களும் உயிரிழந்ததாக ஒரு குறிப்பு தெரிவிக்கிறது.

1924ஆம் ஆண்டு இப்புனிதப் பயணத்தின்போது சிரியா நாட்டுப் பயணிகளில் ஐந்தில் ஒரு பகுதியினர் மாண்டதாகவும் தெரிகிறது. அதுமுதல் அடுத்த இரண்டு ஆண்டுகளில் ஹஜ் பயணத்தின்போது 12 ஆயிரம் பேர் மாண்டதாகவும் கூறப்படுகிறது.

ஹஜ் புனிதப் பயணம் இன்றும் இஸ்லாமியர்களால் பெரும் உற்சாகத்துடன் தொடர்ந்து நடைபெற்று வருகிறது.

7

உலக மதங்களில் மிகவும் தொன்மையான மதமாகக் கருதப் படுகிறது இந்து மதம். பாரசீகத் தினர் சிந்து நதிக்கு கிழக்குப் புறம் வசிப்பவர்களை 'சிந்துக்கள்' என்றே அழைத்தனர். அவர்களின் தெய்வ வழிபாட்டை அடிப்படையாக வைத்து அவர்களின் இறையுணர்வை 'சிந்து மதம்' என்று அழைத் தார்கள். பாரசீக மொழியில் 'ச' என் னும் எழுத்து 'ஹ' சப்தத்துடன் பேசப் படும். எனவேதான் 'சிந்து' என்பது 'ஹிந்து' என்று அழைக்கப்படலா யிற்று.

இந்தக் கருத்தே இன்றுவரை உண்மை என்று நம்பப்பட்டு வருகிறது. அப்படியானால் 'இந்தியப் பெருங்கடல்' என்பதும் முன்னர் 'சிந்தியப் பெருங்கடல்' என்றுதான் அழைக்கப்பட்டதா என்பது பற்றித் தெரியவில்லை.

'மேற்கு இந்தியத் தீவு' என்ற பெயர் எப்படி வந்தது?

'சிவப்பிந்தியர்கள்' என்று அழைக்கப்படுவது ஏன்?

இப்படியெல்லாம் கேள்வி கள் வரிசை கட்டி நிற்கிறது.

இந்து சமயம்

ஆனால் அந்த ஆராய்ச்சிக்குள் இப்போது நாம் செல்ல வேண்டியதில்லை.

இந்து மதத்தைப் பற்றி மட்டும் பார்க்கலாம்.

ஆதிகாலத்தில் இந்து மதம் என்ற பெயரே கிடையாது. அப்போது பரந்துபட்ட இந்தியா முழுவதும் பல்வேறு தெய்வ வழிபாடுகள் நடந்து வந்தன. பெரிய தெய்வங்கள், சிறு தெய்வங்கள் என்று பல்வேறு தெய்வங்கள்.

இவர்களின் வழிபாட்டு முறைகள் வேறுவேறாக இருந்தன. இவர்களின் விழாக்கள் வேறு மாதிரியாக இருந்தன. இவர்களின் கலாச்சார முறைகள் வேறு மாதிரியாக இருந்தன.

என்றாலும் அத்தனை வழிபாட்டு முறைகளிலும் சிறிய சிறிய வேறுபாடுகளே இருந்தன என்பதே உண்மை. இந்து மதத்தின் மும்மூர்த்திகளான சிவன், விஷ்ணு, பிரம்மா என்பதை ஒட்டு மொத்த மக்களும் தங்களின் முக்கிய கடவுளர்களாக நம்பி வணங்கினர்.

அவர்களின் பகுதிகளுக்கேற்ற விதத்தில் அக்கடவுளுக்கு வேறுவேறு பெயர்களைச் சூட்டிக் கொண்டார்களே தவிர, மும்மூர்த்திகளையும், அவர்களது துணைவியார்களையும் தான் முக்கிய கடவுளாக வழிபட்டு வந்தனர்.

மேலும் வாழ்க்கை முறைகளிலும் ஒரு இயல்பும், நேர்த்தியும் இருந்தது. எனவேதான் இந்தியா முழுவதும் இருந்தவர்கள் அனைவரும் 'இந்துக்கள்' ஆகினர்.

இன்றைய இந்து மதம் 'வேதத்தை நம்புகிறவர்கள்' என்பதே உண்மை.

போகட்டும், இந்து மதம் எப்போது தோன்றியது?

உலகம் தோன்றியது முதலே இந்து மதம் இருந்துவருவதாக இந்து சமயத்தவர்கள் சொல்கிறார்கள்.

இயேசு கிறிஸ்து பிறப்புக்கு ஆயிரத்து ஐநூறு ஆண்டுகளுக்கு முன்பு தோன்றியதாக ஐரோப்பிய வரலாற்று ஆய்வாளர்கள் கூறுகின்றனர்.

ஆனால் 5 ஆயிரம் ஆண்டுகளுக்கு முந்தைய கல்வெட்டுக்கள், இந்துக் கடவுளின் சிலைகள் இந்தியாவில் ஏராளமாக இருப்பதால், நிச்சயமாக 5 ஆயிரம் ஆண்டுகளுக்கு முற்பட்டது இந்து மதம் என்று சொல்லப்படுகிறது.

உலகின் மிகப் பெரிய மதங்களின் வரிசையில் இந்து மதம் மட்டுமே மிகப் பழமையானதாக நம்பப்படுகிறது.

புத்த மதம் 2 ஆயிரத்து 500 ஆண்டுகளுக்கு முன்னர் தோன்றியது.

கிறிஸ்துவ மதம் 2 ஆயிரம் ஆண்டுகளுக்கு முற்பட்டது.

இஸ்லாமிய மதம் முகமது நபி அவதரித்த கி.பி. 6ஆம் நூற்றாண்டில் தோன்றியது என்று கூறப்படுகிறது.

உலக மக்கள் தொகையில் 105 கோடிப் பேர் இந்து மதத்தைப் பின்பற்றுகிறார்கள். உலக மக்கள் தொகையில் இது 15 சதவீதம் ஆகும்.

உலகில் நேபாளத்தில்தான் அதிக மக்கள் இந்து மதத்தைப் பின்பற்றி வருகிறார்கள். அதற்கு அடுத்தபடியாக இந்தியா உள்ளது. இலங்கை, இந்தோனேஷியா, மலேசியா, சிங்கப்பூர், அமெரிக்கா, கனடா, பிஜி தீவுகள் போன்ற பிற நாடுகளிலும் இந்துக்கள் வாழ்ந்து வருகிறார்கள்.

பிற மதங்களைப் போல இந்து மதத்தைத் தோற்றுவித்தவர் இவர் என்று சொல்லத்தக்க வகையில் யாருமே இல்லை. இம் மதத்தை நெறிப்படுத்துவதற்கும், கட்டுப்படுத்துவதற்கும் என்று அமைப்பு எதுவும் கிடையாது.

பல்வேறு நம்பிக்கைகள், சடங்குகள், சமய நூல்கள் உள்ள நிலையிலும் அனைத்தையும் ஒருசேர உள்வாங்கி மகா சமுத்திரம் போல ஆழமாகவும், அழுத்தமாகவும் இருக்கிறது இந்து மதம்.

இதன் பழைய பெயர் 'சநாதனதர்மம்.'

'சநாதன' என்றால் 'பழமையான', என்றும் 'நிலைத்து நிற்கக் கூடிய' என்றும் பொருள் கொள்ளப்படுகிறது.

ஆனால் 'சநாதன்' என்றால் 'புதுமை வாய்ந்த' என்று அர்த்தம் என்கிறார் யாஷ்கர். வேதங்களில் வரும் பிரதான சொற்களின் வரலாற்றினை ஆராய்ந்து கூறும் நிருக்த ஆசிரியர் இவர்.

இதனை வைத்துப் பார்க்கும்போது இந்து மதம் என்றும் புதுமையுடனும், பொலிவுடனும் நிலைத்து நிற்கக்கூடியது என்று புரிந்து கொள்ளலாம்.

இப்போது 'தர்மம்' என்பதற்கான பொருள் என்னவென்று பார்க்கலாம்.

'தர்மம்' என்பதற்குப் பலப்பல அர்த்தங்கள் இருப்பினும், இதன் வேர்ச் சொல்லின் கருத்தே முக்கியத்துவம் வாய்ந்தது.

இச்சொல்லானது 'த்ரு' என்னும் வினையடியாக வந்தது. இதற்கான பொருள் 'நிலைபெறுதல்', 'தாங்குதல்' என்பதாகும்.

அனைத்தையும் தாங்கி நெறிப்படுத்துவது என்பது இதற்குப் பொருள்.

இந்து மதத்தை நதிக்கு ஒப்பிடுவது பொருத்தமாக இருக்கும். அதாவது நதியைப் போல பல்வேறு கிளை நதிகளை உருவாக்கி, தானும் சிதையாமல், பல பகுதிகளையும் வளப்படுத்திவரும் அற்புதத் தன்மை உடையது இந்து மதம்.

மனித சுதந்திரத்திற்கு அதிக முக்கியத்துவம் அளிக்கப் படுகிறது. எவரையும் கட்டாயப்படுத்துவதே இல்லை. எனவேதான் இதில் அவ்வப்போது பலப்பல பிரிவுகள் தோன்றிக் கொண்டே இருக்கின்றன. அதன்காரணமாக இந்து மதமும் வளம்பெற்றுக் கொண்டே இருக்கிறது.

இதிலிருந்து பிரியும் அத்தனை கிளைகளுக்கும் இடையே ஓர் அடிப்படை ஒற்றுமை உண்டு. மிகப் பழமையான 'ரிக்' வேதம் இதனை, 'ஏகம் சத் விப்ரா பஹீதா வதந்தி' என்று குறிப்பிடுகிறது. அதாவது, 'உண்மைப் பொருள் ஒன்றே. ஆனால் ஞானிகள் இதனைப் பலவாறு கூறுவர்'.

இதற்கு பின்னர் உருவான சாந்தோக்கிய உபநிடதமும் இதனையே கூறுகிறது. 'உண்மைப் பொருள் இரண்டன்று; ஒன்றே ஒன்று' என்கிறது. இதில் 'உண்மைப் பொருள்' என்றால் 'பரம் பொருள்' என்று பொருள் கொள்ள வேண்டும்.

இந்தக் கருத்தையே பிற்காலத்து நூல்களும் கூறுகின்றன.

எனவே இந்து மதத்தில் பல தெய்வ வழிபாடுகள் இருப்ப தாகக் குறைகூறுவது தவறு. இது மதத்தின் ஆரோக்கியத்தையும், விசால மனப்பாங்கையும் வெளிப்படுத்துவதாகத்தான் அர்த்தம். அத்துடன் இத்தனை தெய்வ வழிபாடுகள் இருந்தபோதிலும் 'ஒரே தெய்வம்' என்னும் கருத்தே முன்வைக்கப்படுகிறது என்பதை நாம் புரிந்து கொள்ள வேண்டும்.

வேதாகம முறைப்படி சிவன், சக்தி, விநாயகர், முருகர், திருமால் ஆகிய தெய்வங்களை வழிபடுகிறவர்களும் உள்ளனர். கிராமங்களில் பண்டைய வழக்கப்படி சூலம், வேல், அரிவாள்

போன்ற புனிதக் குறியீடுகளையும், பைரவர், வீரபத்திரர், அய்யனார், சுடலைமாடன், பேச்சியம்மன், காளியம்மன், மாரியம்மன் போன்ற தெய்வங்களை வழிபடுகிறவர்களும் இருக்கின்றனர்.

இதற்காக பெரிய தெய்வங்களை வணங்குகிறவர்கள் சிறு தெய்வங்களை வணங்கக்கூடாது என்றோ, சிறு தெய்வங்களை வணங்குவோர் பெரிய தெய்வங்களை வணங்கக்கூடாது என்றோ நினைப்பது இல்லை. அனைத்துமே இந்துக்களின் தெய்வங்கள் என்ற வழக்கம்தான் நடைமுறையில் காணப்படுகிறது.

இஷ்ட தெய்வ வழிபாடு என்பது இந்து மதத்தின் ஒரு சிறப்பியல்பாக விளங்குகிறது. தத்தமது அனுபவம், விருப்பம் ஆகியவற்றுக்கு ஏற்ப நம்பும் தெய்வத்தை வழிபடலாம்.

இந்து மதத்தில் வழிபாட்டு முறையில் சுதந்திரம் நிலவுவதைப் போல, பிற சமயத்தின் மீது சகிப்புத்தன்மையும் காணப்படுகிறது.

'மனிதர்கள் என்னை எந்த வழியில் நின்று வழிபட்டாலும், அவர்கள் என்னையே வணங்குகிறார்கள். மற்ற தெய்வங்களை வழிபடுவோரும் என்னையே வணங்குகிறார்கள்' என்று கீதையில் கிருஷ்ண பரமாத்மா கூறுகிறார்.

'யாதொரு தெய்வம் கொண்டீர் அத்தெய்வமாகி யாங்கே மாதொரு பாகனார் தாம்வருவார்' என்கிறார் சிவஞான சித்தர்.

இப்படிப்பட்ட சமய சரிநிகர், இந்தியாவில் உள்ள அனைத்து மதங்களைப் பற்றி மட்டுமல்லாமல், உலகில் தோன்றிய அனைத்து மதங்களிலும் இந்து மதம் பின்பற்றுவதுதான் இதன் சிறப்பு.

'உலக நன்மைக்காக காலந்தோறும் இறைவன் வெவ்வேறு அவதாரங்களை எடுக்கிறார்' என்பதற்கேற்பவே பல்வேறு அவதாரங்கள் இந்து மதத்தில் காணப்படுகின்றன.

'நல்ல சிந்தனைகள் எமக்கு எத்திசையில் இருந்தும் வருவதாக' என்று தாராளமாக அனுமதிக்கிறது ரிக் வேதம்.

உலக மதங்களில் மதகுருமார்கள் செய்து வந்த திருப்பணி களை இந்து மதத்தில் ரிஷிகளும், உபநிடத சிந்தனையாளர்களும், மகான்களும் செய்து வந்துள்ளனர்.

உதாரணமாகக் கூற வேண்டுமானால் வியாசர், வான்மீகி, கிருஷ்ணர், நாயன்மார்கள், ஆழ்வார்கள், சங்கரர், ராமானுஜர், துக்காராம், சைதன்யர், துளசிதாசர் போன்றோரைக் குறிப்பிடலாம்.

சுடலைமாடன்

வியாசர்

தற்காலத்தை எடுத்துக் கொண்டால் சுவாமி தயானந்த சரஸ்வதி, ஸ்ரீராமகிருஷ்ண பரமஹம்சர், சுவாமி விவேகானந்தர், அரவிந்தர், ரமணமகரிஷி, சாய்பாபா, காந்தியடிகள் உள்ளிட்ட பலரைச் சொல்லலாம்.

முக்கியமாக மதக் கருத்துக்கள் எவர்மீதும் திணிக்கப் படவில்லை. மாறாக ஞானிகளைப் பின்பற்றியே மக்கள் தத்தமது அனுபவத்திற்கேற்ப சாஸ்திர சம்பிரதாயங்களைப் பொதுவாகக் கடைப்பிடித்தனர்.

அறம், பொருள், இன்பம், வீடு ஆகிய நான்கை மக்கள் பின்பற்ற வேண்டும் என்று இந்து மதம் வலியுறுத்துகிறது. அறம், பொருள், இன்பம் ஆகியன திரிவர்க்கம். இது முப்பால் என்று வலியுறுத்தப்பட்டது.

உலகில் உயிர் வாழும் அனைத்து மனிதர்களும் இளமையில் பொருள் தேட வேண்டும்.

பின்னர் உடல், உள்ளம், உணர்வு சார்ந்த இன்பத்தைத் தேட வேண்டும்.

இது வாழ்க்கையின் நியதி.

இவை அனைத்தையும் கடந்த பிறகு முழுமையான மகிழ்வைத் தருவது வீடு என்று கூறப்படுகிறது. இதனை முக்தி, கடைத்தேற்றம், உய்வு என்றும் கூறலாம். பிறப்பு, இறப்பற்ற விடுதலை நிலையை இது குறிக்கிறது.

மனம் முதிர்வடைந்ததும் பக்குவத்தைப் பெறுவதற்காக நெறி சார்ந்த தேடுதல் வேண்டும். இது அறத்தின் கீழ் முறைப்படுத்தப் படுகிறது.

மனிதன் தனது வாழ்வில் செய்ய வேண்டிய, தேட வேண்டிய லட்சியங்களும், மறுஉலக நன்மைக்கான லட்சியங்களும் இதில் அடங்கி இருப்பதாக வேதங்கள் கூறுகின்றன.

பல்வேறு முனிவர்களும், ரிஷிகளும் போதித்த வேதங்கள் செவி வழியாக ஏற்று, பின்னர் நாகரீகம் வளர்ந்த காலக்கட்டத்தில் ஓலைச் சுவடிகள் பதிப்பிக்கப்பட்டன.

பின்னர் வேதத்தின் கருத்துக்களை மக்களுக்கு எளிமையாகக் கூறுவதற்காக உபநிடதங்கள் உருவாகின.

அதன்பிறகு இவையும் எளிமைப்படுத்தப்பட்டு கதை வடிவில் புராணங்களாக உருவாக்கப்பட்டன.

ஆரியர்களின் வருகைக்கு முன்பு சுமார் 450 மதங்கள் இந்தியாவில் இருந்ததாக வரலாற்று ஆய்வாளர்கள் கூறுகின்றனர். இவை அனைத்தும் ஒருங்கிணைக்கப்பட்டு இந்து மதம் உருவானது.

இந்து மதத்தில் தர்மங்கள் முக்கியமாகப் போதிக்கப்பட்டு பின்பற்றப்பட்டும் வருகின்றன. அவற்றுள் பக்தி யோகம், கர்ம யோகம், ஞான யோகம் உள்ளிட்ட யோகங்கள் குறிப்பிடத்தக்கவை. பகவத் கீதை மற்றும் யோக சூத்திரங்களில் இந்த யோகங்கள் பற்றிக் குறிப்பிடப்பட்டுள்ளன.

இந்து மதத் தத்துவங்களாக மீமாம்சம், சாங்கியம், வைசேடிகம், நியாயம், அளவை, வேதாந்தம், சித்தாந்தம், அத்வைதம், விசிட்டாத் துவைதம், த்வைதம், சைவ சித்தாந்தம் ஆகியவை விளங்குகின்றன.

மேலும் இந்து மதம் இறை சேவை, மக்கள் சேவை ஆகிய இருவகையான சேவைகளைச் செய்யுமாறு வலியுறுத்துகிறது.

புராதனக் கோயில்களை சிதைவு நிலையில் இருந்தும் காப்பாற்றி, அங்கிருக்கும் கடவுளர்களுக்குச் சிறப்பான வழிபாடுகளைச் செய்தல் இறை சேவை. மேலும் கோயில் இல்லாத ஊரில் கோயில் அமைத்து வழிபாடுகள் செய்வதும் இறை சேவையாகக் கருதப்படுகிறது.

மக்கள் சேவை என்பது ஏழை மக்களுக்கு உண்ண உணவு, உடுக்க உடை, இருக்க இருப்பிடம், நோய்க்கு மருந்து, அறிவுக்கு கல்வி ஆகியவற்றை அளிப்பதாகும்.

இயலாத ஒருவருக்கு ஒரு நேர உணவளித்தால் அதுவே சிறப்பானது என்கிறது இந்து மதம்.

'ஏழையின் சிரிப்பில் இறைவனைக் காணலாம்' என்பது நாமறிந்த பொன்மொழி.

இந்து மதத்தின் தத்துவத்தையும், அதனைக் கடைப்பிடிக்க வேண்டிய அவசியத்தையும் விளக்குவதற்கு ஒன்றல்ல, இரண்டல்ல ஏராளமான நூல்கள் உள்ளன.

நான்கு வேதங்கள், உபநிடதங்கள், பிரம்ம சூத்திரம், பகவத் கீதை, இதிகாசங்கள், பாகவதம், புராணங்கள், மனுதரும சாத்திரம், ஆமகங்கள் ஆகியவற்றைக் குறிப்பிட்டுச் சொல்லலாம்.

இந்து மதம் ஆறு பிரிவுகளாகப் பிரிந்து காணப்படுகிறது. சைவம், வைணவம், சாக்தம், காணாபத்தியம், கௌமாரம், சௌரம் என்பவையே அந்தப் பிரிவுகள்

இதில் சைவப் பிரிவைச் சேர்ந்தவர்கள் சிவபெருமானை தங்கள் முழுமுதற் கடவுளாக வழிபடுகின்றனர்

வைணவத்தைச் சேர்ந்தவர்களின் முழுமுதற் கடவுள் திருமால்.

சாக்தம் சக்தி வழிபாட்டைக் கொண்டுள்ளது. உமையை முழுமுதற் கடவுளாக வழிபட்டு வருகின்றனர் இப்பிரிவினர்.

காணாபத்தியம் என்னும் பிரிவினர் கணபதியை முழுமுதற் கடவுளாக வழிபடுகின்றனர்.

முருகப் பெருமானை முழுமுதற் கடவுளாக வழிபடுபவர்கள் கௌமாரம் என்னும் பிரிவைச் சேர்ந்தவர்களாகக் கருதப்படுகின்றனர்.

சௌரம் என்னும் பிரிவைச் சேர்ந்தவர்கள் சூரியனை முழுமுதற் கடவுளாக வழிபடுகின்றனர்.

வர்ணங்களை அடிப்படையாகக் கொண்டு குணங்கள் வகுக்கப்பட்டது வேதாந்த காலத்தில். இதன்படி சத்துவ குணம், இராட்சத குணம், தாமச குணம் என மூன்று குணங்களாக மனிதர்கள் பிரிக்கப்பட்டுள்ளனர்

சத்துவ குணம் என்றால் அமைதியான குணம் உடையவர்கள் என்று பொருள்..

இராட்சத குணம் என்றால் மூர்க்கமான மற்றும் ஆர்வம் அதிகமுள்ள, கிளர்ச்சி செய்யும் குணம் படைத்தவர்கள் என்று அர்த்தம்.

தாமச குணம் என்றால் சிரத்தையற்றவர்கள் என்றும், மந்தம் மற்றும் சோம்பல் குணமுடையவர்கள் என்றும் பொருள்.

பிராமணர் சத்துவ குணம் படைத்தவர்கள் என்றும், சத்திரியர் இராட்சத குணம் உடையவர்கள் என்றும், வைசியர் குறைவான இராட்சத குணமும், அதிகமான தாமச குணமும் படைத்தவர்கள் என்றும், சூத்திரர் தாமச குணம் மட்டும் உடையவர்கள் என்றும் வேதகாலத்தில் மனிதர்கள் பிரிக்கப்பட்டுள்ளனர்.

ரிக் வேத காலத்திற்குப் பின்னர் யஜுர் வேத காலக்கட்டத்தில் தான் வர்ணம் முக்கியப் பங்காற்றி உள்ளது. அதன்பின்னரே குழுக் களாக சமூகம் பிரிந்து சாதிகள் முளைத்தன என்று நம்பப்படுகிறது.

எனினும் ரிக் வேதத்தில் புருச சூக்தத்தில் குறிப்பிடப் பட்டுள்ள விஷயத்தையும் நாம் இங்கே குறிப்பிடுவது நல்லது.

பிராமணர்களின் வாய் 'புருஷா' என்றும், அவர்களின் இரு கைகள் ராஜ்யத்தையும், ராஜ்யம் புரிபவர்களையும் உருவாக்கும் என்றும் கூறப்பட்டுள்ளது.

இரண்டு தொடைகளால் உருவாக்கப்படுபவர்கள் வைசியர்கள் என்றும், அவர்களின் இரு கால்கள் சூத்திரர்களை உருவாக்கும் என்றும் ரிக் வேதத்தில் எழுதப்பட்டுள்ளது. .

பின்னாளில் வர்ணாசிரம தர்மம் என்னும் கோட்பாடு முளைத்து இனம் பிரிந்து பிரிவுகளாக வகுக்கப்பட்டன.

அந்தணர் என்பவர்கள் புலமை வாய்ந்த சமூகத்தவர்களாக அங்கீகாரம் பெற்றனர். அர்ச்சகர், புலவர், சட்ட ஆலோசகர், அமைச்சர்கள், இராஜதந்திரிகள் இவர்களை உள்ளடக்கியதாக அமைந்தது. இவர்கள் சத்துவ குணம் மிக்கவர்கள் என்று கூறப்பட்டது.

சத்திரியர் என்பவர்கள் உயர்வான குறை பண்புடையோர் என்று நம்பப்பட்டனர். அரசர், மரியாதைக்குரியவர், வீரர்கள் ஆளுமையுடையோர் போன்றோரை உள்ளடக்கியதாக சத்திரியர் அமைந்தனர். .இராட்சத குணம் மிக்கவர்கள் என்று இவர்கள் கருதப்பட்டனர்.

வைசியர் என்பவர்கள் வணிகர் மற்றும் தொழில் முனைவோர் என்று கருதப்பட்டனர். சிறு வியாபாரிகள், தொழிலதிபர் மற்றும் பண்ணையார் போன்றோரை உள்ளடக்கியதாக வைசியர் இருந்தனர். இராட்சத குணம் மற்றும் தாமச குணம் மிக்கவர்களாக இவர்கள் எண்ணப்பட்டனர்.

சூத்திரர் என்பவர்கள் சேவகம் புரியும் சமூகத்தார் என்று கண்டறியப்பட்டது. கடின உழைப்பாளர்கள், கூலித் தொழிலாளர்கள் போன்றோர் இப்பிரிவினராக இருந்தனர். இவர்கள் தாமச குணம் உடையவர்கள்.

இப்படிப்பட்ட வர்ணாசிரம தத்துவம் காலமாற்றம் காரணமாகப் பல்வேறு சாதிப் பிரிவுகளாக உருமாறி இந்து மதத்தின் ஒரு கரும்புள்ளியாக இன்று இருந்து வருகிறது.

மேலும் வாழ்க்கை முறையை இந்து மதம் நான்காகப் பிரித்துள்ளது. அதாவது, பிரம்மச்சர்யம், கிரகஸ்தம், வனப் பிரஸ்தம், சந்நியாசம் ஆகிய இந்நான்கு பிரிவுகளும் 'ஆசிரமம்' என்று அழைக்கப்படுகிறது.

இந்து சமயம் முக்கியமாக அகிம்சைக் கொள்கையை வலியுறுத்துகிறது. மனிதர்களுக்கு மட்டுமல்லாமல், மனித உயிர் அல்லாத உயிரினங்கள், தாவரங்கள் போன்றவற்றின் மீது அன்பு பாராட்ட வேண்டும் என்கிறது.

அத்துடன் உயிர்கள் எவற்றுக்கும் துன்பம் தருவது கூடாது என்றும் வலியுறுத்துகிறது.

உபநிடதங்கள், மகாபாரதம் போன்றவற்றில் அகிம்சை பற்றிய குறிப்புகள் காணப்படுகின்றன.

அகிம்சையைக் கடைப்பிடிக்க வேண்டும் என்பதற்காக உயிர்கள் வதைத்தலைத் தவிர்த்து சைவ உணவை மட்டுமே உட்கொள்ளும் இந்துக்கள் பலர் இப்போதும் இருக்கின்றனர்.

பகவத் கீதை

இந்துக்களின் புனித நூலாக விளங்குகிறது பகவத் கீதை. இது மகாபாரதக் கதையில் ஒரு இடைச் செருகல் என்ற கூற்று உண்டு.

ஆனால் பாரதத்தில் அது தனித்துத் தெரிகிறதே தவிர இடைச் செருகல் என்று சொல்வது தவறு.

மகாபாரதம் நிகழ்ந்தது எப்போது என்பது குறித்து முரண்பாடான பல தகவல்கள் பகிரப்படுகின்றன.

இவ்வுலகை கடவுள் சுமார் 4 ஆயிரம் ஆண்டுகளுக்கு முன்னர்தான் படைத்தார் என்கிறது கிரியேஷனிஸம் (Creation-ism) என்னும் சமயம்.

வில்லியம் ஜோன்ஸ், மாக்ஸ் முல்லர் போன்றவர்கள் நோவா பிரளயத்திற்குப் பிறகே வேதங்கள் எழுதப்பட்டிருக்க வேண்டும் என்ற கருத்தை வெளியிட்டார்கள்.

எனவே கி.மு. 1200ஆம் ஆண்டுகளில் வேதங்கள் எழுதப்பட்டிருக்கலாம் என்பது இவர்களின் கருத்து.

அப்படியானால் இதிகாசங்கள் அதற்குப் பின்னதாகவே எழுதப்பட்டிருக்க வேண்டும்.

நிச்சயமாக இந்தக் கருத்தை இந்து மதவியலாளர்கள் ஏற்றுக் கொள்ளவே இல்லை. இது தவறு என்பதைப் பல நிரூபணங்கள் மூலம் அவர்கள் வெளிப்படுத்தினார்கள்.

கிருஷ்ணரின் கீதை உபதேசம்

கி.மு. 3 ஆயிரம் ஆண்டுகளில் நிகழ்ந்த நிகழ்வுகளின் அடிப்படையில் மகாபாரதம் எழுதப்பட்டிருக்கலாம் என்கிறார் மெம்பிஸ் பல்கலைக் கழக இயற்பியல் பேராசிரியர் நர்ஹரியாச்சார்.

கிறிஸ்து பிறப்பதற்குப் பல காலங்களுக்கு முன்னரே கிருஷ்ண வழிபாடு இருந்ததற்கான பல்வேறு சான்றுகள் உலகின் பல பகுதிகளிலும் கிடைத்துள்ளன. அண்மையில் ரஷ்யாவில் அகழ்வாராய்ச்சியின்போது விஷ்ணு பகவானின் சிலைகள் கண்டெடுக்கப்பட்டன.

பழங்காலத்து இந்துக் கோயிலின் மீதமுள்ள பாகங்கள் அர்மீனியாவில் தற்போதும் காணப்படுகின்றன.

இவற்றையெல்லாம் வைத்துப் பார்க்கும்போது இந்து மதம் மிகப் பழமை வாய்ந்தது என்பதில் கருத்து வேறுபாடுக்கு இடமே இல்லை.

மேலும் அமெரிக்காவில் யாரும் செல்ல முடியாத கொலாராடோ என்னும் இடத்தில் உள்ள மலைப்பகுதியில் 'மறைந்து போன உலகம்' என்ற ஒன்றைக் கண்டுபிடித்துள்ளனர். அதன் பாறையின் மேல் ஏறக்குறைய அரை மைல் சதுரப் பரப்பளவில் பழைய சிவன் கோயில் ஒன்று கண்டுபிடிக்கப் பட்டுள்ளது. நிலமட்டத்தில் இருந்து ஏறக்குறைய 9 ஆயிரம் அடிக்கு மேல் மலைப் பாறையில் அச்சிவன் கோயில் அமைநதுள்ளது.

1937ஆம் ஆண்டு நவம்பர் 23ஆம் நாளனறு வெளியான 'நியூஸ் ரெவியூ ஆஃப் லண்டன்' என்ற நாளேட்டில் இச்செய்தி பிரசுரமாகி உள்ளது.

'பண்டைக் காலத்திலேயே சிவ வழிபாடு உலகம் முழுவதும் பரவியிருந்தது. அனைத்து மக்களும் சிவன் வழிபாட்டை மேற் கொண்டிருந்தனர்' என்ற கருத்துக்கு இச்செய்தி வலுவூட்டுகிறது. 'இக்கோயில் 10 ஆயிரம் ஆண்டுகட்கு முற்பட்டது' என்கின்றனர் ஆய்வாளர்கள்.

இந்து புராணங்களில் பாதாள உலகம் எனக் குறிப்பிடுவது அமெரிக்காவாக இருக்கலாம் என்ற கருத்தும் நிலவுகிறது. அமெரிக்காவில் உள்ள ஹார்ஸ் ஐலேண்டு (Horse Iland) , ஆஷ் ஐலேண்டு (Ash Iland) ஆகிய இரு தீவுகளும் பகீரதப் புராணத்தோடு தொடர்புடையது என்றும் கூறப்படுகிறது.

8

சிவபெருமானை முழுமுதற் கடவுளாகக் கொண்டு வணங்கும் சமயமாக சைவ சமயம் விளங்கு கிறது. உலகம் முழுவதும் சுமார் 22 கோடிப் பேர் இச்சமயத்தைப் பின்பற்றி வருகின்றனர். குறிப்பாக தென்இந்தியா, வடஇந்தியா, நேபாளம், இலங்கை ஆகிய பகுதிகளில் இச் சமயத்தைப் பின்பற்று வோர் அதிகளவில் உள்ளனர்.

முக்தி அடைந்த பின்னர் பரமனும் ஜீவனும் இரண்டல்ல என்னும் அடிப்படை சித்தாந்தத்தை உடைய சைவ சமயம், பக்தி என்னும் அடித் தளத்தில் நின்றவாறு தியானம், தவம் போன்றவற்றில் ஈடுபடுவதை முக்கியமாகக் கொண்டுள்ளது.

வேதங்கள், சிவஆகமங்கள், சிவபுராணம் போன்றவை சைவ சமயத் தத்துவங்களை விளக்கிச் சொல்லும் நூல்களாகக் கருதப் படுகின்றன.

உலகின் மிகப் பழைய நாகரீ கமாக விளங்கும் சிந்து சமவெளி நாகரீகத்தின்போதே சைவ சமயம்

சைவ சமயம்

சிறப்புற்று இருந்தது மொகஞ்சதாரோ, ஹாரப்பா அகழ் வாராய்ச்சிகளில் இருந்து தெரியவருகிறது.

ஆரியர் வருகைக்கு முன்பே தென்னிந்தியாவில் நிலவிய வரலாற்றுக்கு முற்பட்ட சமயமே சைவம் என்கிறார் ஜி. யு. போப் அவர்கள்.

சைவ சமயம் கிறிஸ்து பிறந்த பின்னால் மத்திய இந்தியாவில் தோன்றி பின்னர் அது தென்இந்தியாவிற்குப் பரவியதாகவும் வேறு சில ஆதாரங்கள் கூறுகின்றன.

இதுபற்றிய ஆய்வுகள் வரலாற்று ஆசிரியர்களால் மேற்கொள்ளப்பட்டு வருகின்றன. இன்னும் நிச்சயமான முடிவிற்கு அவர்களால் வரமுடியவில்லை.

சைவம் மூன்று பிரிவுகளாகப் பிரிக்கப்பட்டுள்ளன. காஷ்மீர சைவம், வீர சைவம், சைவ சித்தாந்தம் என்பதாக அந்தப் பிரிவுகள் அமைந்துள்ளன.

காஷ்மீர சைவம் கி.பி. ஒன்பதாம் நூற்றாண்டில் காஷ்மீர் பகுதியில் தோன்றியது. வசுகுப்தர், சோமநந்தர், அபிநவகுப்தர் போன்றோர் இச்சமயம் தோன்றுவதற்கு முக்கிய காரணகர்த்தாக்கள். இச்சமயம் ஜாதி முறையை நிராகரித்ததுடன், வேதங்களின் அதிகாரத்தையும், அதன் நிலைப்புத் தன்மையையும் மறுத்தது.

அதேபோல சைவ சமயப் பிரிவுகளில் ஒன்றாக விளங்குகிறது வீர சைவம். இது லிங்காயதமதம் என்றும், சக்தி விசிஷ்டாத்வைதம் என்றும் வழங்கப்படுகிறது. லிங்கத்தைக் கழுத்தில் அணிந்திருக்கும் இவர்கள், கையில் வைத்து வழிபடுகின்றனர்.

இஷ்டலிங்கத்தைத் தவிர வேறு எந்தத் தெய்வ வணக்கத்தையும் மறுக்கும் இவர்கள். விக்ரக வழிபாட்டிற்கு எதிர்ப்பு தெரிவிக்கின்றனர். கோயில் வழிபாட்டையும் இவர்கள் ஆதரிப்பதில்லை. லிங்காயத்தைச் சேர்ந்த ஒவ்வொருவரும் ஏதோவொரு வீரசைவ மடத்தைச் சேர்ந்தவர்களாகவே இருப்பார்கள்.

சைவ சித்தாந்தத்தைக் கடைப்பிடிக்கிறவர்கள் சிவனை முழுமுதற் கடவுளாக வழிபடுகின்றனர். ஆன்மீகம் தொடர்பான பல்வேறு கருத்துக்களையும் ஆராய்ந்து சிந்தித்து முடிந்த முடிவாகக் காணப்பட்டது சைவசித்தாந்தம்.

சிந்து சமவெளியில் கண்டெடுக்கப்பட்ட சிவலிங்க வடிவங்கள், சிவ வழிபாடு ஆரியருக்கு முற்பட்ட காலக்கட்டத்தைச் சார்ந்தது என்று வரலாற்று ஆய்வாளர்கள் உறுதியாக நம்புகின்றனர்.

தொல்காப்பியம், எட்டுத்தொகை, பத்துப்பாட்டு போன்ற சங்கத் தமிழ் இலக்கிய நூல்களிலும், சிலப்பதிகாரம், மணிமேகலை போன்ற நூல்களிலும் சிவன் அல்லது சைவம் என்ற சொற்கள் நேரடியாகப் பயன்படுத்தப்படாவிட்டாலும், சிவன் தொடர்பான செய்திகள் ஆங்காங்கே உள்ளன.

சைவ சித்தாந்தம் ஒரு தத்துவப் பிரிவாகவே உருவானது. கி.பி. ஐந்தாம் நூற்றாண்டில் இப்பிரிவு தோன்றியதாகத் தெரிகிறது. இக்காலக்கட்டத்தில் வாழ்ந்தவர் திருமூலர். அவரால் எழுதப்பட்ட திருமந்திரம் என்னும் நூலில்தான் முதன்முதலாக சைவ சித்தாந்தம் என்னும் சொற்கள் பயன்படுத்தப்பட்டுள்ளன.

இந்து சமயத்தின் பெரும்பாலான தத்துவப் பிரிவுகள் வேதங்களையும் அவற்றின் இறுதிப்பகுதியாகக் கருதப்படும் உபநிடதங்களையும் அடிப்படையாகக் கொண்டிருக்கின்றன. சைவ சித்தாந்தம் வேதங்களையும், ஆகமங்களையும் அடிப்படையாகக் கொண்டுள்ளது.

ஆகமங்கள் ஏராளமாக உள்ளபோதிலும் சில சைவ சமயத்தையும், இன்னும் சில வைணவ சமயம் மற்றும் சாக்த சமயத்தையும் சார்ந்தவையாக விளங்குகின்றன.

சைவ சித்தாந்தத்தில் 28 ஆகமங்கள் அடங்கி உள்ளன. இவற்றில் முக்கியமானதாக விளங்குபவை காமிகாகமம் மற்றும் காரணாகமம் ஆகியவை.

மெய்கண்டாரால் எழுதப்பட்ட சிவஞான போதம் என்னும் நூல், சைவ சித்தாந்தத்தை விளக்கும் நூல்களில் குறிப்பிடத்தக்கதாக விளங்குகிறது. மேலும் பதினான்கு நூல்கள் சைவ சித்தாந்தத் தத்துவத்தை விளக்குகின்றன. இவை அனைத்தும் மெய்கண்ட சாத்திரங்கள் என்று அழைக்கப்படுகின்றன.

சைவ சித்தாந்தம் பதி, பசு, பாசம் ஆகிய மூன்றையும் நிலைத்த பொருள்களாக ஏற்றுக்கொள்கிறது.

இதுவே இதன் தத்துவங்களில் முக்கியமானவை.

பதி என்றால் இறைவன் என்று பொருள்.

பசு என்றால் உயிர் ஆகும். அதாவது ஆன்மா.

பாசம் என்பதை மலங்கள் என்று குறிப்பிடலாம். அதாவது பாசம் என்பது மாயை என்பதாகும். இல்லாததை இருப்பதாகக் காட்டுவது. கானல் நீரை இதற்கு ஒப்பிடலாம்.

இம்மூன்றுமே முதலும் முடிவும் இல்லாதவை என்கிறது சைவ சமயம்.

இறைவன் என்பவன் அறிவு வடிவாக இருப்பவன். அனைத்தும் அறிந்தவன். எங்கும் நிறைந்திருப்பவன். அளவற்ற வல்லமை பெற்றவன் என்கிறது சைவ சித்தாந்தம்.

உயிர்கள் இயல்பாகவே . அறிவுள்ளவை. ஆனால் மலங்களி னால் பிணைக்கப்படும்போது அவற்றின் அறிவு மறைக்கப்படுகின் றது. மலங்களின் பிணைப்பிலிருந்து தாங்களாகவே விடுபடுவதற்கு உயிர்களால் முடியாது. இறைவன் துணையுடனேயே மலங்களின் பிணைப்பிலிருந்து விடுபட முடியும் என்று நம்புகிறது சைவ சமயம்..

மலங்கள் என்பது ஜடப்பொருள். அறிவற்றது. உயிர்களைப் பிணைத்து அவற்றின் அறிவை மறைக்கும் வல்லமை கொண்டது. இதனால் இறைவனை அடைய முடியாது.

ஆணவ மலமானது செம்பில் இருக்கும் களிம்பு போல ஆன்மாவில் ஒட்டிக் கொண்டிருக்கும். இது இருள் மலம் என்று கூறப்படுகிறது. இது அழிக்கவே முடியாதது. ஆனால் அடக்கி வைக்க முடியும்.

பதி, பசு, பாசம் பற்றி திருமூலர் குறிப்பிட்டுள்ளார்.

விண்ணினைச் சென்று அணுள வியன் மேகங்கள்

கண்ணினைச் சென்று அணுகாப் பல காட்சிகள்

எண்ணினைச் சென்று அணுகாமல் எனப்படும்

அண்ணலைச் சென்று அணுகாப் பசுபாசமே

வானில் மேகங்கள் உலா வருகின்றன. ஆனால் அவை ஆகாயத்தோடு ஒட்டுமா என்றால் இல்லை.

நம் கண்கள் பற்பல அரிய காட்சிகளைக் காண்கின்றன. ஆனால் அந்தக் காட்சிகள் அனைத்தும் கண்களில் வந்து ஒட்டிக் கொள்கிறதா என்றால் இல்லை.

அவைபோல நாடுதலாகிய பாவனைக்கு அப்பாற் பட்ட தென்னும் சிவபெருமானாகிய அண்ணலை நான் என்னும்

சிற்றறிவும் எனதென்னும் சுட்டறிவும் ஆகிய பசு பாசங்கள் சென்று அணுகமாட்டாது.

பதி என்னும் இறைவன் அனைத்திற்கும் உயிராகவும், உயிர் உள்ள போதும் இல்லாத போதும் ஆதாரமாகவும் உள்ளது.

சைவ சித்தாந்தம் ஜாதி அமைப்பை ஏற்றுக்கொண்டதோடு, வலியுறுத்தியும் வருகிறது. பிராமணர் அல்லாதவர்கள் அதிகாரமும், செல்வாக்கும் பெற்றவர்களாகத் திகழ்ந்தாலும், சடங்கு ரீதியாக மதக் குருமார்களான பிராமணர்களே முக்கியத்துவம் பெற்று விளங்குகிறார்கள்.

பழம்பெரும் சமயமான சைவத்தில் கடவுள் வழிபாட்டுப் பண்பும், பயனும் திட்டவட்டமாக வரையறுக்கப்பட்டுள்ளன.

ஏற்கெனவே குறிப்பிட்டதைப்போல பதிக்கு பசுவினால் எதுவும் ஆகப்போவதில்லை. அதேபோல பாசத்துக்கும் பதியைத் தொழுது ஆகப்போவது எதுவுமில்லை.

ஆனால் பிறப்பெடுத்த ஒவ்வொருவருக்கும் பசு மிகவும் இன்றியமையாதது. ஆன்மாவானது இறைவனைத் தேடி அலைந்து, அவனிடம் சரணடைந்து, பாசத் தடையில் இருந்து விடுதலை பெற்று, தனது வினைப் பயனான பிறப்பு, இறப்புகளில் இருந்தும் விடுபட வேண்டிய தேவை உள்ளது.

இதுவே 'ஞானம்' என்று அழைக்கப்படுகிறது.

ஞானம்தான் சைவ வழிபாட்டில் தனித்துவப் பண்பாக விளங்குகிறது.

சைவ வழிபாட்டிற்கு ஆதார நூலாக விளங்கும் சிவாகமங்கள் ஞானத்தைப் பற்றிய விளக்கத்தை முன்வைத்தே கடவுளை வழிபடும் விதிமுறைகளை வரையறுக்கிறது.

சைவ வழிபாட்டுக் கோயில்களை எடுத்துக் கொள்ளுங்கள். அது ஏதோ கட்டிடக் கலையின் நிபுணத்துவத்தை மட்டுமே விளக்குவதாக அமைந்திருக்கவில்லை. மாறாக அது ஞானி ஒருவரின் உடல் அமைப்பை மாதிரியாகக் கொண்டே உருவாக்கப் பட்டுள்ளது.

'ஊனுடம்பாலயம்' என்கிறார் திருமூலர். கருவறை முதல் கோபுர வாசல் வரை அமையும் மண்டபங்கள் கட்டடக்கலையின் உயர்வைக் காட்டும்.

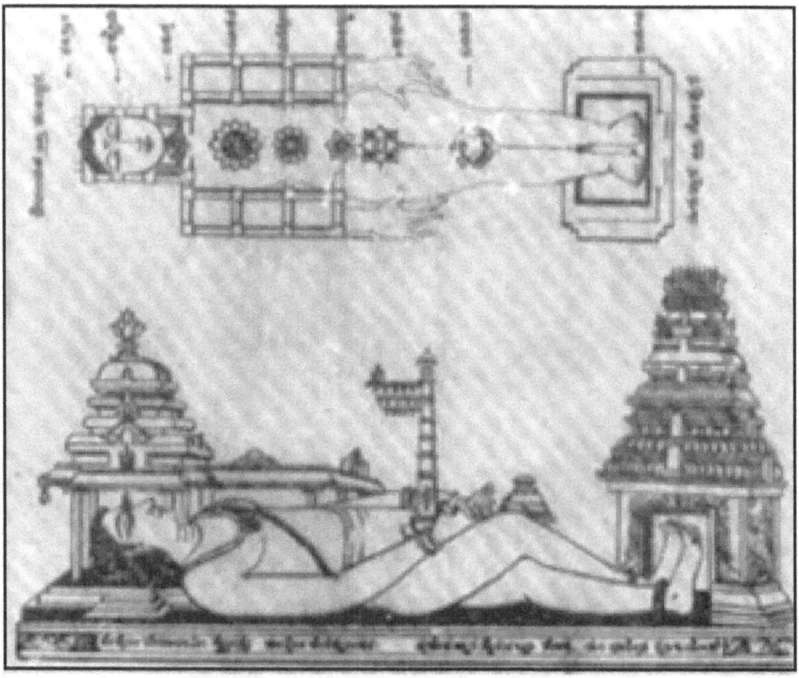

மனித உடல் அமைப்பில் கோயில்

பசுவின் உடலில் குடியிருக்கும் தெய்வங்கள்

திருக்கோயில் கட்டடத் தளவரிசைகள், தூண்கள், சுவர்கள், விமானங்கள், கோபுரங்களில் காணப்படும் சிற்பங்களும், ஓவியங்களும் இறைவனின் மூர்த்தங்களையும், இதிகாசப் புராணக் கதைகளையும், மெய்யடிகளார்களின் அற்புதங்களையும், அவர்களின் வாழ்க்கை வரலாறுகளையும் சித்தரிக்கின்றன. இதன் மூலம் அமைதியற்ற மனித உள்ளங்களை அமைதிப்படுத்தி இறை உணர்வில் ஈடுபடுத்துகின்றன.

கோயில்களில் நடைபெறும் பூஜைகள், வழிபாடுகள், திருவிழாக்கள் போன்றவை சிவப்பரம்பொருளை மக்கள் சென்று வழிபட உதவும். லிங்கம், நந்தி, பலிபீடம், கொடிமரம், கொடிச்சீலை, தர்ப்பைக் கயிறு என்பன முப்பொருளைத் தத்துவார்த்த ரீதியில் உணர்த்தும்.

ஆலயத்து மணி, மேளம், தாளம், நாதஸ்வரம், சங்கு, தாரை, தம்பட்டம் முதலாம் வாத்தியங்களால் ஒருமைப்பட்டு இறை உணர்வோடு ஒன்றுகிறது. இதன்மூலம் விக்கிரக வழிபாடு, யந்திர வழிபாடு, மந்திர வழிபாடு என்று சிறப்படைகின்றன.

சைவக் கோயில்களில் கொடியேற்றுதல் முதல் தீர்த்தோற்சவ விழா வரை நடைபெறும் விழாக்கள் அனைத்தும் இறைவனின் பஞ்ச கிருந்தியங்களை வெளிப்படுத்தும் என்பது தத்துவம்.

இதன்மூலம் நட்பும், அன்பும், சமரசமும், உறவுப் பிணைப்பும் ஏற்பட்டு இச்சமூகம் வளமடைகிறது.

கோயிலில் நடைபெறும் கிரியைகள் ஒவ்வொன்றும் ஞான விளக்கத்தை அடிப்படையாகக் கொண்டே அமைந்துள்ளன. விழுந்து கும்பிடுவது முதல் பூஜைகள் செய்வது வரை அனைத்தும் ஞான விளக்கத்தின் அடிப்படையிலேயே அமைந்துள்ளது.

சிவநெறியைக் கடைப்பிடிப்போர் மந்திரம், தந்திரம், பாவனைகளுடன் செய்யும் செயல்கள் அல்லது கருமங்கள் சைவக் கிரியைகள் என்று அழைக்கப்படுகின்றன. இந்தக் கிரியைகள் பற்றி சிவாகமங்களும், அவற்றைச் சார்ந்த உபாகமங்களும் விவரித்துக் கூறுகின்றன.

இக்கிரியைகளைச் செய்தால் இம்மையில் அறம், பொருள், இன்பம் ஆகியவற்றைப் பெறலாம் என்பதும், மறுமையில் வீடு பேற்றினைப் பெறலாம் என்பதும் நியதி.

சைவ கிரியை, ஆன்மார்த்தக் கிரியை என்றும், பரார்த்தக் கிரியை என்றும் இருவகைப்படும்.

ஆன்மார்த்தம் என்பது தனது நன்மை கருதிச் செய்யப்படும் சந்தியாவந்தனம், சிவபூஜை போன்ற கிரியைகளைக் குறிக்கும்.

ஆன்மார்த்தக் கிரியை என்பது பூர்வக் கிரியை, அபரக் கிரியை என்று இருவகையாகப் பிரிந்து காணப்படுகிறது.

பூர்வக் கிரியை என்பது ஓர் உயிர் தாயின் கர்ப்பத்தில் தங்கும் காலம் முதல் பூமியில் பிறந்து வளர்ந்து வாழ்ந்திருக்கும் காலம் வரை செய்யப்படும் கிரியைகளைக் குறிக்கும்.

அபரக் கிரியை என்பது மரண சமயம் முதல் சபீண்டிகரணம் வரையும், அதன் மேல் வருட சிராத்தம், மகாளயம், அமாவாசை, தர்ப்பணம் வரையில் விரிந்து செல்கிறது.

பரார்த்தக் கிரியை என்பது பிறர் நன்மை கருதிச் செய்யப்படும் ஆலய வழிபாடுகளைக் குறிக்கும். இதுவும் நித்தியக் கிரியை, நைமித்தியக் கிரியை என இருவகைப்படும்.

நித்தியம் என்பது ஆலயத்தில் தினமும் நடைபெறும் நித்திய பூஜையைக் குறிக்கும். இது ஆலயங்களின் அமைப்பு, மரபுக்கு ஏற்ப ஒரு காலப் பூஜை, ஆறு காலப் பூஜை, பன்னிரு காலப் பூஜை என்று விரிந்து செல்லும்.

நைமித்தியம் என்பது நித்திய பூஜை வழிபாடுகளில் ஏற்படுகிற குறைகளை நிவர்த்தி செய்வதற்காக நடைபெறும் விசேஷ பூஜைகள், உற்சவங்களைக் குறிக்கும்.

சைவ சமயம் செழித்து வளர்ந்தது கி.பி. 7, 8, 9 ஆம் நூற்றாண்டுகளில். இக் காலக்கட்டங்களில் எண்ணற்ற சைவ நூல்கள் தோன்றின.

அவற்றில் தேவாரம், திருவாசகம், திருத்தொண்டர் புராணம் மற்றும் ஏனைய திருமுறை நூல்கள் தோத்திர நூல்கள் ஆகியவற்றைக் குறிப்பிடலாம்.

மேலும் சைவ சமயம் பற்றிய எண்ணங்களைத் தத்துவ நோக்கில் ஆழ்ந்து பார்த்தவை சைவ சாத்திர நூல்கள் எனப்பட்டன. இச் சைவ சமய சாத்திர நூல்கள் மொத்தம் பதினான்கு ஆகும். இப்பதினான்கு நூல்களையும் எளிதாக நினைவில் வைத்துக் கொள்வதற்காக நம் முன்னோர்கள் ஒரு வெண்பாவையும் எழுதி வைத்தனர்.

உந்தி களிறே உயர்போதம் சித்தியார்

பிந்திருபா உண்மை பிரகாசம் - வந்தஅருள்

பண்புவினா போற்றிகொடி பாசமிலா நெஞ்சுவீடு

உண்மைநெறி சங்கற்பம் உற்று.

பசுபதி

பிறப்பும் இறப்பும் உடையவர்கள் பசுக்கள் எனப்படுகின்றனர். பசுக்கள் எண்ணில்லாதவர்கள்.

பிறப்பும் இறப்பும் இல்லாதவர் பதி ஒருவரே!

அந்தப் பதி யார்?

சிவபெருமான் ஒருவரே.

சிவபெருமானுக்குப் பசுக்களெல்லாம் என்றும் அடிமைகள். சிவபெருமான் அந்தப் பசுக்கள் தோறும் நிறைந்து நின்று அவர்களையெல்லாம் ஆளும் தலைவராக விளங்குகிறார்.

எனவே சிவபெருமான் ஒருவரே பசுபதி.

இந்த உண்மையை ஏற்று சிவபெருமானை வழிபடுகிற மார்க்கம்தான் சைவ சமயம்.

பலரையும் பரம்பொருள் என்று வணங்குகிற சமயம் சைவ சமயம் ஆகாது.

சிவபெருமானிலும் உயர்ந்தவர் உண்டு என்றோ, சிவபெருமானுக்குச் சமத்துவம் உடையவர் வேறொருவர் உண்டு என்றோ கருதுவது சிவத் துரோகம் என்கிறது சைவ சமயம்.

சிவபெருமானின் வேறாகாத திருவருளே சிவசக்தி. இந்தச் சிவசக்தியே பார்வதி தேவியார். சிவபெருமான் ஆன்மாக்களுக்கு அருள் செய்யும் பொருட்டுக் கொண்டருளிய மூர்த்தங்கள் விநாயகக் கடவுள், சுப்பிரமணியக் கடவுள், வைரவக் கடவுள், வீரபத்திரக் கடவுள் ஆகியோர் ஆவர்.

இவர்களுக்குச் செய்யும் வணக்கம், சிவபெருமான் ஒருவரைக் குறித்த வணக்கம் என்றே கருதப்படுகிறது.

சிவபெருமானுக்குரிய பழம்பெரும் கோயில்கள் வடக்கே இமாலயத்தில் இருந்து அமர்நாத், கேதார்நாத், நேபாளத்தின் பசுபதிநாத், காசி, அவந்திகை, உஜ்ஜயினி, ஸ்ரீசைலம் உள்ளிட்ட வடஇந்தியாவில் இருந்து தெற்கே காஞ்சிபுரம், சிதம்பரம், மதுரை, இராமேஸ்வரம், கன்னியாகுமரி என்று ஆயிரக்கணக்கான திருத்தலங்களில் காணப்படுகின்றன.

இலங்கை, இந்தோனேஷியா, தாய்லாந்து போன்ற கீழை தேசங்களிலும் சிவன் கோயில்கள் காணப்படுகின்றன.

வேதங்கள் கி.மு. 1500 ஆண்டுகளுக்கு முற்பட்டவை என்று அறிஞர்கள் கூறுகின்றபோதிலும், வேதங்கள் சிவனால் அருளப் பட்டவை என்றும், இது கால ஆராய்ச்சிக்கு அப்பாற்பட்டது என்றும் சைவ நெறியாளர்கள் உறுதியாகக் கூறுகின்றனர்.

ருத்திரன் என்னும் பெயர் சிவனைக் குறிக்கிறது. ருத்திரன் என்றால் பாவத்தையும் துன்பத்தையும் ஓட்டுபவன் என்னும் பொருளில் இருந்து பிறந்ததென்கிறார் வேத விமர்சகர் 'சாயனார்.'

யஜுர் வேதத்தில் 'பசூனாம்பதி' என்னும் தொடர் உயிர்களுக்கெல்லாம் தலைவனாக விளங்கும் சிவனையே குறிக்கிறது. மேலும் பவன், சர்வன், பசுபதி, சம்பு, சங்கரன், சிவன், சிவதரன் போன்ற சொற்கள் யஜுர் வேதத்தில் இடம்பெற்றுள்ளன.

ருத்திரனே ஒரே கடவுள் என்றும், அவனே ஐந்தொழிலையும் செய்து தோற்றத்திற்கும் ஒடுக்கத்திற்கும் இருப்பிடமாக இருப்பதாக சுவேதாஸ்வர உபநிடதம் உரைக்கிறது.

வேதங்கள் இப்படியென்றால் அதன்பின்னர் வந்த புராண இதிகாசங்களும் சைவத்தின் தொன்மையைத் தெளிவாகவே விவரிக்கின்றன.

இராமாயணத்தில் வரும் சிவதனுசு, இராமனின் லிங்கப் பிரதிஷ்டை, சிவபூஜை பற்றிய பதிவுகள் குறிப்பிடத்தக்கவை.

மகாபாரதத்தில் உபமன்யு முனிவரால் கிருஷ்ணபரமாத்மா சிவயோகம் பற்றி உபதேசிக்கப்படுகிறார். அர்ச்சுனன் சிவனை நோக்கித் தவம் செய்து பாசுபதாஸ்திரம் பெறுகின்றான்.

இதிகாசக் காலத்தில் சிவவழிபாடு முக்கியத்துவம் பெற்றிருந்ததை இவைபோன்ற விஷயங்கள் உணர்த்துகின்றன.

தமிழின் பழம்பெரும் நூல்களான தொல்காப்பியமும், சங்க இலக்கியங்களும் சிவனைப் பற்றிக் குறிப்பிட்டுள்ளன. சிவனின் சக்தியான கொற்றவை, திருக்குமரன் முருகப்பெருமான், வேதக் கடவுள் வருணன், இந்திரன் போன்றோரைப் பற்றி இந்நூல்களில் குறிப்பிடப்பட்டுள்ளன.

சங்க நூல்களான எட்டுத்தொகை, பத்துப் பாட்டுக்களிலும் சிவனைப் பற்றிய செய்திகள் அடங்கி உள்ளன. 'நீலமணி மிடற்று ஒருவன்', 'பிறவா யாக்கைப் பெரியோன்', 'நுதல் விழநாட்டத்

இந்தோனேசியாவில் சிவன் கோயில்

தாய்லாந்தில் சிவன் கோயில்

திறைவன்' என்னும் பல பெயர்களால் சிவன் குறிப்பிடப் பட்டுள்ளார்.

அத்துடன் சிலப்பதிகாரம், மணிமேகலை, திருக்குறள் போன்ற காவியங்களிலும் சிவனைப் பற்றிக் குறிப்பிடப்பட்டுள்ளது.

கி.மு. இரண்டாம் நூற்றாண்டில் வாழ்ந்த பதஞ்சலி முனிவர் தமது பாஷ்யத்தில் சிவன், ஸ்கந்தன், விசாகன் ஆகியோர் பூஜிக்கப்பட்டதாகக் குறிப்பிட்டுள்ளார்.

சிந்துசமவெளி காலம் முதல் கி.பி. 3ஆம் நூற்றாண்டு வரை 'சைவ சமயம்' வடஇந்தியா, தென்இந்தியா, டெக்கான் போன்ற பகுதிகளில் சிறப்புற்றிருந்ததாக பேரறிஞர் பண்டர்கர் போன்றோர் பதிவு செய்துள்ளனர்.

வேத ஆகம நெறி நின்று இந்து சமயம் கூறும் சமயச் சடங்குகள், சைவ மக்களின் இல்லத்தை சமயச் சார்புடையதாக மாற்றுகின்றன.

குழந்தையைத் தொட்டிலில் இடுதல், பொன் பூணுதல், பூப்பு நீராட்டல், திருமணவிழா போன்ற மங்கல நிகழ்ச்சிகளும், அபரக் கிரியைகளான பிற சடங்குகளும் சைவத்தின் பேரால் மக்களை மனமகிழ்வு அடையச் செய்கின்றன.

பகைமையைப் போக்குகின்றன. ஊர்மக்களை ஒற்றுமைப் படுத்துகின்றன. பிரிந்தவரை ஒன்றிணைக்கின்றன. சமூகத்தை முன்னேற வழிவகைச் செய்கின்றன.

சைவச் சமயச் சடங்குகள் இதுபோல் இன்னபிற நல்லவைகளைச் செய்கின்றன.

சைவ மதத்தின் விரதங்கள் உடலை வளமாக்கி, உள்ளத்தையும் உறுதிப்படுத்துகின்றன.

ஆகம அடிப்படையில் சைவ சித்தாந்தம் ஆன்மாவின் இறுதி லட்சியமான முக்திப் பேற்றுக்கு நான்கு வழி முறைகளை விதிக்கும். அவை சரியை, கிரியை, யோகம், ஞானம் என்னும் நான்கு படி முறைகள்.

சரியை என்பது சரீரத்தால் செய்யும் சிவத்தொண்டினைக் குறிக்கிறது. ஆலயத்தைச் சுத்தம் செய்தல். நந்தவனம் அமைத்தல் போன்றவற்றைச் செய்வது. திருநாவுக்கரசர் இவ்வழி நின்று முக்திப் பேறு பெற்றார்.

கிரியை என்பது இறைவனுக்கு மணமலர், தூபம், மஞ்சனம், அமுது முதலியன படைத்து பூஜைகள் செய்வதாகும். திருஞான சம்பந்தர் பேறு பெற்றது இவ்வகையில்தான்.

யோகம் என்பது தோழமை உறவில் நின்று சன்மார்க்க வழியில் தொண்டு செய்த சுந்தரமூர்த்தி நாயனார் இவ்வழியில் நின்று முக்தி பெற்றார். இறை தியானத்தையும், இறைவனை அகத்தில் வழிபடுதலையும் இது குறிக்கிறது.

ஞானம் என்பது சன்மார்க்க நெறியில் நாயகன் - நாயகி உறவில் நின்று செய்யுத் தொண்டினைக் குறிக்கிறது. முதல் மூன்று படிகளாலும் பெறும் முதிர்ந்த நிலையே ஞானம். இவ்வழி நின்று முக்தியைப் பெற்றவர் மாணிக்கவாசகர்.

குருவையும், லிங்கத்தையும், அடியவர்களையும் வழிபட்டு முக்திப் பேறுபெற்ற மூவகைச் சிவனடியார்களின் வரலாற்றைக் கூறுகிறது பெரியபுராணம்.

குரு அருளால் முக்தி பெற்றவர் அப்பூதியடிகள்.

சிவ வழிபாட்டில் முக்தி அடைந்தவர் கண்ணப்பநாயனார்.

சங்கம வழிபாட்டில் முக்தி பெற்றவர் சிறுத்தொண்டர்.

தத்துவம், ஸ்தோத்திரம் என்னும் இரு பிரிவின் கீழ் சைவ சமய தத்துவத்தை இலக்கியங்கள் விளக்கிக் கூறுகின்றன. சிவத்தையும், ஆன்மாவையும் இணைக்கிறது சைவ சமயம்.

அன்பு சிவம் இரண்டென்பர் அறிவிலார்

அன்பே சிவமாவதாரும் அறிகிலார்

என்று அன்பையும், சிவத்தையும் ஒன்றுபடுத்துகிறது திருமூலரின் திருமந்திரம்.

அன்புக்கு எதிரான கொலை மற்றும் புலால் உண்பதை சைவம் முற்றிலுமாக நிராகரிக்கிறது. காய்கறி உணவே சைவ உணவு என்றும், புலால் உண்ணாதவரே சைவர் என்றும் உறுதியுடன் கூறுகிறது.

சைவ சமயத்தை வளர்த்த நாயன்மார்கள் உயர்வு, தாழ்வு நிலைப்பாட்டினையும், ஜாதி பேதங்களையும் ஒதுக்கித் தள்ளினர். செல்வம் செழிக்கவும், பஞ்சம் போக்கவும் வாழ்வை அர்ப்பணித்தனர். மெய்யுணர்வை பரந்த அளவில் பரப்பினர்.

யாதும் ஊரே யாவரும் கேளீர்

என்றார் பூங்குன்றனார்.

ஒன்றே குலம் ஒருவனே தேவன்

என்றார் திருமூலர்.

தென்னாடுடைய சிவனே போற்றி

எந்நாட்டவர்க்கும் இறைவா போற்றி

என்றார் மாணிக்கவாசகர்.

உலகெல்லாம் உணர்ந்ததோதுதற் கரியவன்

என்றார் சேக்கிழார்.

இவை அனைத்தும் சைவ சமயத்தின் விசால மனத்தையும், பரந்துபட்ட அறிவையும் உணர்த்துகின்றன.

சைவ சித்தாந்தத்தின் தனிச் சிறப்புமிகு இலக்கியமாக விளங்குவது கச்சியப்ப சிவாச்சாரியார் அருளிய கந்தபுராணம்.

இந்திர ராகிப் பார்மேல் இன்பமுற் றினிது மேவிச்

சிந்தையில் நினைத்தமுற்றிச் சிவகதி யதனில் சேர்வார்

அந்தமில் அவுணர் தங்கள் அடல்கெட முனிந்த தெவ்வேல்

கந்தவேள் புராணந் தன்னைக் காதலித் தோதுவோரே

இவ்வுலகின் மனிதர்கள் ஒவ்வொருவரும் இந்திரனாகி அனைத்து இன்பமும் பெற்று மறுமைக்கு உரிய சிவகதியும் அடைவார் என்கிறார்.

அதாவது சைவத்தின் செம்மையும், உயரிய கோட்பாடும், தத்துவ நெறிகளும் அறம் சார்ந்தது மட்டுமல்ல. மகோன்னத மானது என்பதை இது விளக்குகிறது.

மன்னன், வேளாண்குடி மக்கள் மற்றும் அரசிடம் நெருக்க மான அந்தணர் போன்றோரின் சமயமாக சைவம் இருந்தது.

சங்க காலத்தில் தேவைப்படாத ஜாதீய அமைப்புகள் நில உடைமை துவங்கிய காலம் அதன் பின்னர் தோன்றிய பக்தி இயக்கக் காலம் முதலிய காலங்களில் தோன்றி வலுப்பெற்றன என்று நம்ப இடம் இருக்கிறது என்கிறார் பேராசிரியர் வானமாமலை

தொன்மையான சைவ மதம்

இந்து மதம் தொன்மையான மதம் என்பது மட்டுமல்லாமல், உலகம் முழுவதையும் ஆக்ரமித்திருந்த ஒரு ஒப்பற்ற புனிதத் தன்மையும் இதற்கு உண்டு. அதற்கு தற்காலத்தில் ஆங்காங்கே நடைபெற்றுவரும் தொல்பொருள் ஆய்வுகளே சான்றாக இருந்து வருகின்றன.

வட அமெரிக்காவில் கொலரடோ என்னும் இடத்தில் உள்ள ஒரு குன்றின் மீது சிவன் கோயில் ஒன்றும், அதில் ஒரு பெரும் சிவலிங்கமும் 1937ஆம் ஆண்டில் நடத்தப்பட்ட தொல்பொருள் ஆய்வின்போது கண்டுபிடிக்கப்பட்டன. இக் கோயில் 10 ஆயிரம் ஆண்டுகளுக்கு முற்பட்டது என்கின்றனர் ஆய்வாளர்கள்.

ஜாவாத்தீவில் பல சிவன் கோயில்கள் அழிவுற்ற நிலையில் காணப்படுகின்றன. இங்குள்ள டெகால் என்ற ஆற்றில் இருந்து. சிவபெருமானின் செப்புச்சிலை ஒன்று கண்டெடுக்கப் பட்டிருக்கிறது.

மேலும் அங்குள்ள கோயில்களில் இன்றும் திருவாசகம் ஓதப்பட்டு வருகிறது. அங்கிருப்பவர்களுக்குத் தமிழ்மொழி தெரியாது என்பதால் இதனை ஏதோ ஒரு மந்திரம் போல் உச்சரித்து வருகிறார்கள். அங்குள்ள பெரம்பாணம் என்ற இடத்தில் உள்ள சிவன்கோயிலில் சிவதாண்டவத்தின் 32 முத்திரைகளைக் குறிக்கும் சிற்பங்கள் காணப்படுகின்றன.

சுமத்திராவில் சிதைந்த நிலையில் சிவன் கோயில் உள்ளது. இங்கே அர்த்தநாரீஸ்வரர் வடிவ சிலை, கணபதி சிலை, நந்தி சிலை ஆகியவையும் உள்ளன.

அமெரிக்காவின் கலிபோர்னியாவில் ஒரு மலைக்குகையில் சிவன், விநாயகர் சிலை காணப்படுகின்றன.

சயாம் என்று அழைக்கப்படும் தாய்லாந்து, கம்போடியா ஆகிய நாடுகளிலும் சிவலிங்கத்தின் உருவங்கள் கிடைத்துள்ளன. சயாமில் பழைய சிவன் கோயில் ஒன்று இருக்கிறது. இக்கோயில் உள்ள இடத்தில் இப்போதும் பொங்கல் விழா சிறப்பாகக் கொண்டாடப்படுகிறது.

தற்போது ஈராக் என்று அழைக்கப்படும் பாபிலோனியாவில் நிகழ்ந்த அகழ்வாராய்ச்சியில் 6 ஆயிரம் ஆண்டுகளுக்கு முற்பட்ட சிவாலயங்கள் கண்டெடுக்கப்பட்டுள்ளனன. மட்டுமல்லாமல் சிவாலயத்தின் வழிபாடுகள் நடைபெற்றதற்கான சான்றுகளும்

கிடைத்துள்ளன. இங்கு கண்டெடுக்கப்பட்ட களிமண் ஓட்டில் சிவன் என்ற பெயர் பொறிக்கப்பட்டுள்ளது.

பாபிலோனியர் தம் கடவுளுக்கு எல்சடை என்று ஒரு பெயரைச் சூட்டி இருந்ததாகவும் தெரிகிறது. சூரியனைப் போன்ற சிவந்த சடையை உடையவன் என்று இதற்குப் பொருள்.

இங்கே கண்டெடுக்கப்பட்ட சிவபெருமானின் சிலை காளையின் மீது நிற்பது போலவும், கையில் மழுவும், இருபுறமும் முத்தலையுடைய சூலமும் ஏந்தியதாகவும் காட்சியளிப்பது குறிப்பிடத்தக்கது.

பாபிலோனியரின் மாதப் பெயர்களில் ஒன்று சிவன் பெயரைக் கொண்டிருக்கிறது

சிரியா நாட்டில் சிவன் சிலையும் சிவன் உருவமும் பொறித்த வெண்கலத் தட்டும் கிடைத்துள்ளன. இத்தட்டில் உள்ள உருவத்தைத் தந்தைக் கடவுளின் வடிவம் என்று கூறுகின்றனர். இவ்வுருவம் வலக்கையில் மழுவும் இடக்கையில் ஆறு முனையுள்ள தாங்கியுடன் காளையின் மேல் நிற்பது போல பொறிக்கப் பட்டிருக்கிறது.

எகிப்தில் உள்ள பாலைவனம் ஒன்றுக்கு சிவன் என்று பெயர். இங்கு வசிக்கும் மக்கள் அமன்யூ என்ற கடவுளை வணங்குகின்றனர். அக்கடவுளுக்கு காளை வாகனமாக இருக்கிறது.

கிரேக்க நாட்டில் சிவலிங்கங்களைப் பொது இடங்களில் எண்ணெயில் நீராட்டி வழிபட்டதாக எழுதி வைக்கப்பட்ட கல்வெட்டுக்கள் காணப்படுகின்றன.

இமயமலைக்கு அருகேயுள்ள அமர்நாத் என்னும் புனிதத் தலத்தில் இயற்கையாகவே பனிக்கட்டியினால் ஆன சிவலிங்கத்தின் திருவுருவம் ஆறு மாதத்திற்கு ஒரு முறை உருவாகிக் கரைந்து வருகின்றது.

இந்தியாவிலேயே அதிக எண்ணிக்கையில் கோவில்கள் உள்ள மாநிலம் தமிழ்நாடு. இங்கு 24 ஆயிரத்து 608 சிவன் கோயில்கள் உள்ளன.

இவற்றில் சமயக் குரவர்களால் பாடல் பெற்ற தலங்கள் 247. திருப்புகழ் பாடல் பெற்ற தலங்கள் 106.

9

வைணவம்

திருமாலை முழுமுதற் கடவுளாகக் கொண்டு வழிபடுகிறது வைணவ சமயம். வடமொழியில் வைஷ்ணவம் என்று அழைக்கப்படும் இச்சமயம் இந்து மதத்தின் ஆறு உட்பிரிவுகளில் ஒன்றாக அமைந்துள்ளது.

விஷ்ணுவைப் பரம்பொருளாகக் கொண்டு வழிபடுகிறது வைணவம். விஷ்ணு என்றால் எங்கும் நிறைந்தவன் என்று பொருள்.

வேதபாசுரங்களில் நாராயணன் என்றே வழங்கப்படுகிறது. நாரா + அயனன் என்னும் இரு சொற்களின் இணைப்பே நாராயணன் ஆகும். நாரா என்றால் தோன்றுதல் என்று பொருள். அயனன் என்றால் அமர்ந்திருப்பவன் என்று அர்த்தம்.

ஐம்பூதங்களாலான சேதன அசேதனப் பொருள்களைத் தோற்றுவித்து, அவற்றினுள் அந்தர்யாமியாய் அமர்ந்திருப்பவன் என்பதே இதற்குப் பொருளாகும்.

நாராயணன் என்பதை 'நீரில் கிடப்போன்' என்றும் கூறுகின்றனர். இதற்கு அர்த்தம் என்ன

வென்றால் ஆதிகாலத்தில் சிருஷ்டிப் பொருட்கள் அனைத்தும் நீர்போல ஒன்றாக, வேறுபாடு இல்லாமல் இருந்தன. அவற்றை இயக்கியும், வேறுபடுத்தியும் சிருஷ்டிகளை விஷ்ணு தொடங்கியதால், நாராயணன் என்னும் பெயரில் அழைக்கப் பட்டதாகவும் கூறப்படுகிறது.

விஷ்ணுவை 'திருமால்' என்றும், 'மாயோன்' என்றும் பழந்தமிழர்கள் போற்றி வணங்கினர். திருமால் என்றால் தெய்வத் தன்மை பொருந்திய பெரியோன் என்று பெயர். திருவாகிய லட்சுமியோடு கூடிய பெரியோன் என்றும் கூறலாம்.

மாயோன் என்றால் மாநிறத்தவன் என்று பொருள்.

தமிழர்கள் நிலத்தை குறிஞ்சி, முல்லை, மருதம், நெய்தல், பாலை என்று ஐந்து வகையாகப் பிரித்தனர். இவற்றில் காடும் காடு சார்ந்த இடமாகவும் விளங்கும் முல்லை நிலத்துத் தெய்வம் மாயோன் என்பது குறிப்பிடத்தக்கது.

தீமைகள் மேலோங்கும்போது கடவுள் அவதாரம் எடுத்து அதனை அழித்தொழிப்பார் என்பதை இச்சமயம் நம்புகிறது, தங்கள் கடவுள் விஷ்ணு பல அவதாரங்களை எடுத்திருப்பதாக நம்பும் இவர்கள் அடுத்து கல்கி அவதாரம் எடுக்க இருப்பதாகவும் கூறுகின்றனர்.

மச்ச அவதாரம், கூர்ம அவதாரம், வராக அவதாரம், நரசிம்ம அவதாரம், வாமன அவதாரம், பரசுராம அவதாரம், இராம அவதாரம், பலராம அவதாரம், கிருஷ்ண அவதாரம் உள்ளிட்ட ஒன்பது அவதாரங்கள் இதற்கு முன்னதாக இவர் எடுத்துள்ள அவதாரம் என்கிறது வைணவ சமயம்.

உபநிடதங்களில் பதின்மூன்று வைணவத்தைப் பற்றிய உபநிடதங்களாகும்.

குப்த மன்னர் காலத்தில் தெற்காசியா முழுவதும் பரவி நல்ல செல்வாக்குடன் இச்சமயம் திகழ்ந்தது. வைணவத்திலும் வைணவம் என்றும், ஸ்ரீ வைணவம் என்றும் இரு பிரிவுகள் உள்ளன. ஸ்ரீவைணவத்தில் வடகலை, தென்கலை என்று இன்னும் இரண்டு பிரிவுகள் உள்ளன.

வேதகால யாகம், பலியிடுதல் ஆகியவை மாறி இறை பக்தி வழிபாட்டு முறை உருவானது. பலியிடுதலை எதிர்த்த புத்த, சமண மதம் பலவீனம் அடைந்தது. பக்தி மயமான வைணவம் அகிம்சையை வற்புறுத்தியது.

இராமானுஜர்

‘எவன் அறிவுக்குள் உறைபவனோ, அறிவுக்குள் அறிவாக இருப்பவனோ, எவனை அறிவும் அறியமுடியாதோ, எவனுக்கு அறிவே உடலோ, எவன் அறிவையும் உள்ளிருந்து ஆட்டி வைப்பவனோ அவன்தான் இவ்வான்மா, அழியாமல் உள்ளுறை பவன்’ என்கிறது பிருஹதாரண்யக உபநிடதம்.

இராமானுஜர் பரப்பிய விசிஷ்டாத்வைதம் என்னும் தத்து வத்தில் ஆதி பரம்பொருளாக நாராயணனே குறிப்பிடப்படுகிறார். விசிஷ்டம் என்றால் ‘சிறப்புற்ற’ என்று பொருள்.

விசிஷ்டாத்வைதத்தில் ஸ்ரீ என்ற அன்னை தத்துவம் முக்கியப் பங்காற்றுகிறது. இதனால் இச்சமயப் பிரிவு ஸ்ரீவைஷ்ணவம் என்ற பெயர் பெற்றது. அன்னை, அம்பாள் என்பதை தாயார் என்று வைணவர்கள் அழைக்கின்றனர்.

இராமனுஜரின் நூல்களில் பெரும்பாலும் ஸ்ரீ என்ற மகாலட்சுமி, திருமாலின் மார்பில் அவருடன் என்றும் இருப்பதாகவே பேசப்படுகிறது.

இராமனுஜருக்குப் பிறகு வந்தவர்கள் அம்பாளின் அருள் இல்லாமல் கடவுளிடம் நம் வேண்டுதல் செல்லுபடியாகாது என்பார்கள்.

எனவேதான் வைணவக் கோயில்களில் ஆசாரியனைத் தொழுத பின்னர் தாயாரைத் தொழுது, பின் கோயில் மூலவரைத் தொழும் வழக்கம் இருந்து வருகிறது.

மனிதர்கள் அனைவருக்கும் தாயும் தந்தையுமாக இருக்கும் நாராயணனை சுலபமாக அடையலாம் என்பதை கிருஷ்ணராக அவதரித்தபோது தன்னுடைய லீலைகள் மூலம் புரியவைத்தார்.

புராண காலத்து ஸ்ரீவைஷ்ணவம், ஆழ்வார் காலத்துப் பிரபந்தங்களில் பெருமை பெற்றது. ஒன்பதாம் நூற்றாண்டில் நாதமுனி என்பவரால் இப்பிரபந்தங்கள் தேடி ஒருங்கிணைக்கப் பட்டு புத்துயிர் பெற்றது. எனவே நாதமுனியே தற்கால ஸ்ரீவைஷ்ணவத்தின் முதல் ஆச்சாரியாராகக் கருதப்படுகிறார்.

நாலாயிரப் பிரபந்தங்களை ஸ்ரீநாதர் என்பவர் பாடமாக நடத்தி, ஸ்ரீரங்கம் கோயில் உற்சவங்களில் சேவை செய்ததாகக் கூறப்படுகிறது. இவர்தான் நாதமுனி என்ற கருத்தும் உள்ளது.

சோழ மன்னன் சுந்தரசோழர் என்னும் இரண்டாம் பராந்தகன் காலத்தில் அன்பில் கிராமத்தைச் சேர்ந்த வைணவ

ஆச்சாரியார் ஸ்ரீநாதர் என்பவருக்கு மானியம் வழங்கப்பட்டதாக ஸ்ரீரங்கம் கோயில் செப்பேடு ஒன்று தெரிவிக்கிறது.

நாதமுனிக்குப் பிறகு ஆச்சாரிய பதவியில் இராமானுஜர், பிள்ளை லோகாச்சாரியார், வேதாந்ததேசிகர் ஆகிய வரலாற்றுப் பிரசித்தி பெற்றவர்கள் அமர்ந்தனர். இதில் வேதாந்த தேசிகர் தென்கலை ஆச்சாரியராகவே இருந்தார்.

இம்மூவரும் தமிழ் வழியிலான ஆன்மீகத்தை ஆந்திரம், கர்நாடகா, ஒடிசா வரை பரப்பினர்.

பின்னர் தமிழ்ப் பாசுரங்கள் தெலுங்கு, கன்னடம், ஒடிய மொழிகளில் எழுதப்பட்டு, அங்குள்ள வைணவப் பெருமக்களால் இசைக்கப்பட்டது.

பின்னர் தமிழ் மொழியின் மேன்மையை அறிந்த இராமானுஜர் தமிழ்ப் பாசுரங்களை வைணவக் கோயில்களில் நடைமுறைக்குக் கொண்டுவந்தார். மேலும் இல்லறச் சடங்குகளிலும் ஆழ்வார்களின் பாசுரங்கள் வேதத்திற்கு இணையாக வைணவர்களால் ஓதும் வழக்கம் தற்போதும் நடைமுறையில் உள்ளது.

வடமொழியிலும் தென்மொழியிலும் வைணவ இலக்கியங்களை வளர்த்தவர்கள் பரம்பரையில் நாலாயிரத் திவ்யப் பிரபந்தம் என்னும் தொகுப்பு நூலில் இடம் பெற்றுள்ள பாடல்களை பன்னிரெண்டு ஆழ்வார்கள் பாடியுள்ளனர்.

ஆனால் ஆழ்வார்கள் மொத்தம் பத்துப் பேர் என்று சொல்வோரும் உண்டு. பெண் என்பதால் ஆண்டாளையும், நம்மாழ்வாரைப் பாடினார் என்பதால் மதுரகவி ஆழ்வாரையும் சேர்க்காமல் விட்டுள்ளனர்.

வைணவத்தில் உள்ள ஆழ்வார்கள் பன்னிரண்டு பேர்களில் மூவர் அந்தணர். ஆழ்வார்களில் மிக உயர்ந்த இடத்தில் வைக்கப்பட்டுள்ள நம்மாழ்வார் வேளாளார் குலத்தைச் சேர்ந்தவர். அதிகமான பாசுரங்கள் பாடி அனேகமாக எல்லா திவ்ய தேசங்களுக்கும் சென்று பாடியுள்ள திருமங்கையாழ்வார் கள்ளர் என்ற பிரிவைச் சேர்ந்தவர். திருப்பாணாழ்வார் மண் பாண்டம் செய்பவர்.

ஆண்டாள் எந்தக் குலத்தைச் சார்ந்தவர் என்பதைப் பற்றிய தகவல் கிடையாது. துளசிச் செடியின் கீழ் கண்டெடுக்கப்பட்டவர் ஆண்டாள்..

பாணர் குலத்தில் தோன்றிய திருப்பாணாழ்வாரை அரங்கன் கட்டளையின் பேரில் லோக சாரங்கர் என்னும் அந்தணர் தோளில் சுமந்து திருவரங்கனிடம் சேர்ப்பித்தது வைணவத்தினை அனைவருக்கும் ஏற்புடையதாக ஆக்கியது.

திருமழிசை ஆழ்வார் தாழ்ந்த குலத்தில் பிறந்தவர்.

குலங்களாய ஈரிரண்டில் ஒன்றிலும் பிறந்திலேன்

நலங்களாய நாற்கலைகள் நாலிலும் நவின்றிலேன்

என்று பாடுவது நோக்கத்தக்கது. மேலான சாதிகள் நான்கிலும் பிறக்கவில்லை, கலைகளும் கல்வியும் இல்லை, இருந்தாலும் உன் பாதங்கள் தவிர வேறு ஒன்றும் அறியேன் என்ற பொருளில் வரும் பாசுரத்தில் திருமாலை அடைய குலமோ, கல்வியோ தேவை இல்லை என்று ஆழ்வார் கூறியுள்ளது குறிப்பிடத்தக்கது.

ஜாதிகளைப் பற்றிய நம்மாழ்வாரின் பாசுரம் ஒன்றை நாம் நினைவில் கொள்வது உகந்தது.

குலந்தாங்கு சாதிகள் நாலிலும் கீழிழிந்து, எத்தனை

நலந்தா னிலாதசண் டாளசண் டாளர்க ளாகிலும்

வலந்தாங்கு சக்கரத் தண்ணல் மணிவண்ணற் காளென்றுள்

கலந்தார் அடியார் தம்மடி யாரெம் அடிகளே

சாதிகள் அனைத்திலும் கீழானதிலும் எந்த நன்மையையும் இல்லாத சண்டாளர் சாதியில் பிறந்து அவர்களில் இழிந்த சண் டாளராக இருந்தாலும், வலக்கையில் சக்கரம் ஏந்தியுள்ள திருமா லின் அடியவர் என்று அறிந்தால் அவரின் அடியாரின் அடியார் யாரோ அவருக்கு நான் அடிமை என்பது இப்பாசுரத்தின் பொருள்.

வைணவப் பெரியார்கள் வரிசையில் திருமாலுக்கு அடுத்த நிலையில் லட்சமி தேவியும், அவருக்கு அடுத்த நிலையில் வேளாளர் குலத்தில் தோன்றிய நம்மாழ்வாரும் இடம் பெற்றிருப்பது நோக்கத்தக்கது.

இவரை 'சடகோபர்' என்று வழங்கி பெருமாள் கோயில்களில் பக்தர்களின் தலையில் வைக்கும் ஸ்ரீசடாரி ஆகும். இது பெருமாள் பாதங்கள் என்று குறிப்பிடப்படுகிறது.

பன்னிரு ஆழ்வார்களில் மதுரகவி ஆழ்வார் பெருமாளைப்

பற்றி எதுவும் பாடவில்லை என்றாலும் நம்மாழ்வாரைப் பற்றிப் பாடியதால் இவரும் ஆழ்வார் வரிசையை அலங்கரிக்கிறார்.

"கண்ணிநுண் சிறுத்தாம்பு." என்று நம்மாழ்வாரைப் பற்றி பாசுரங்கள் பாடியுள்ளார். அவரே என் கடவுள் என்று பொருள் படும்படிப் பாடியுள்ளார்.

மதுரகவி ஆழ்வார் அந்தணர் என்ற போதிலும், ஜாதீயப் பாகுபாடு இல்லாமல் இறைவனின் முன்பு அனைவரும் ஒன்று என்னும் நோக்கில் நம்மாழ்வாரைப் பற்றிப் பாடியுள்ளார்.

இதுபோன்ற இனப்பாகுபாடுகளைத் தாண்டியதாக இருந்த ஒரே காரணத்தால், வைணவம் பரவலாகத் தழைத்தோங்கியது.

பின்னர் மைசூருக்கு அப்பால் இருந்த வைணவர்கள் பூர்வாச் சாரியார்களின் கருத்துகளுக்கு முரண்பட்டனர். வசிஷ்டாத்வைத சமயத்தை இரண்டாக உடைத்தனர். வடகலை பிரிவு தோன்றியது.

திருமண் இட்டுக் கொள்வதில் இரண்டு யோக முறைகள் உண்டு: ஒன்று வடகலை. பாதம் இல்லாமல் அணிவதே வடகலை ஆகும். பாதம் வைத்து அணிவது தென்கலை நாமம்.

இராமாயணம், மகாபாரதம் இரண்டும் வைணவ வரலாற்றில் முக்கிய இடத்தை வகிக்கின்றன.

ஆழ்வார்கள் காலம் கழிந்து மூன்று நூற்றாண்டுகள் சென்ற பிறகு தோன்றியவர்தான் இராமானுஜர். தனது வைணவத் தத்துவத்தில், வைணவர்கள் தங்களை ஒருவருக்கொருவர் அறிமுகம் செய்துகொள்ளும்போது 'இராமானுஜதாசன்' என்றே அறிமுகம் செய்துகொள்ள வேண்டும் என்பதை அறிமுகப்படுத்தினார். இதற்கு 'தாஸ்ய நாமம்' என்று பெயர்.

வைணவர்கள் சந்தித்துக் கொள்ளும்போது ஒருவருக் கொருவர் வணக்கம் செலுத்த வேண்டும் என்பதை 'தெண்டன் சமர்ப்பித்தல்' என்று வகுத்தார்.

'தெண்டம்' என்றால் கழி ஆகும். அதாவது மரக்குச்சி. நம் கையிலிருந்து தரையில் எப்படி விழுமோ அப்படி விழுந்து வணங்க வேண்டும் என்பதைத்தான் 'தெண்டன் சமர்ப்பித்தல்' என்றார். நமது உடலும் மரத்தாலான குச்சி போன்றது என்பதுதான் இதன் உட்பொருள்.

வைணவத்தில் ஆகம தர்மங்கள் இரண்டு வகையாகக் காணப் படுகின்றன. ஒன்று வைகானசம். மற்றொன்று பாஞ்சராத்ரம்.

பாஞ்சராத்ரம் என்ற ஆகம விதிப்படி எந்த ஜாதியினரும் அர்ச்சகராக அனுமதி உண்டு. அவர்கள் வைணவ தீட்சை பெற்றிருக்க வேண்டும். சந்நியாசிகளாக இருக்கக் கூடாது.

வைணவம் ஜாதிப் பாகுபாடுகளைக் கடந்தது என்பதற்கு ஒரு வரலாற்று உதாரணத்தைப் பார்க்கலாம்.

ரவிதாசர் என்பவர் செருப்பு தைக்கும் தாழ்த்தப்பட்ட இனத்தைச் சார்ந்தவர். இவர் தீவிர நாராயண பக்தர். தினமும் ஒரு ஜோடி காலணியை ஏழை ஒருவருக்குத் தானமாகக் கொடுத்து வந்தார். இது இறைவனுக்குச் செய்யும் சேவையாகக் கருதியே செய்து வந்தார்.

ரவிதாசரின் ஆழ்ந்த பக்தியையும், விசுவாசத்தையும் மெச்சிய இறைவன், அவரது வீட்டுத் தோட்டத்தில் சுயம்புவாக சாளக்கிரம வடிவில் தோன்றிக் காட்சியளித்தார். அவரைத் தினமும் வழிபட்டு வந்த ரவிதாசர், கீர்த்தனைகள் பாடி தொழுதார்.

ஆனால் அங்குள்ள அந்தணர் ஒருவரோ, தாழ்த்தப்பட்ட இனத்தைச் சேர்ந்த ஒருவர் இறைவனை வழிபடக்கூடாது என்று வாதம் செய்தார்.

இதனைக் கண்ணுற்ற பகவான், இருவருக்கும் நேர்முகக் காட்சியளித்தார். தாழ்த்தப்பட்ட இனத்தைச் சேர்ந்தவரான ரவிதாசரின் சீடனாக அந்தணரை அமர்த்தினார்.

தன்னால் காணமுடியாத இறைவனை ரவிதாசர் மூலமாகக் கண்டுகொண்ட அந்தணர் மெய்சிலிர்த்துப் போனார். ரவிதாசரை மனப்பூர்வமாகத் தனது குருவாக ஏற்றுக்கொண்டார்.

ரவிதாசரின் கீர்த்தனைகள் சித்தூர் ராணியின் செவிக்கு எட்டியது. அவரை நேரில் அழைத்து கீர்த்தனைகள் பாடக் கேட்டு சில கிராமங்களைத் தானமாக வழங்கினார். ஆனால் அந்தக் கிராமங்களையும் ஏழைகளுக்குத் தானமாக வழங்கிவிட்டார் ரவிதாசர்.

இப்பேர்ப்பட்ட ரவிதாசரின் மனதை உருக்கும் கானங்கள் சீக்கியர்களின் வேத நூலான கிரந்த சாகிப்பில் இடம்பெற்றுள்ளன.

திருமாலிடம் மிகுந்த பக்தி உடையவர்கள் வைணவர்கள். முழுமுதற் கடவுளான அவரே உலகத்தையும், அங்கு உயிர் வாழும் உயிர்களையும் காக்கும் தொழிலைச் செய்வதாகவும் அவர்கள் உறுதியாக நம்புகின்றனர்.

'இந்திர லோகத்தை ஆளும் பேற்றைவிடத் திருமாலின் இணையடிகளைத் தொழும்பேறு உயர்வானது' என்கிறார் ஆழ்வார்.

உலகத் தோற்றத்திற்கு முதற் காரணம், துணைக் காரணம், நிமித்த காரணம் என்று மூன்றாக இருப்பவன் திருமால்.

அதாவது, ஒரு பானை உருவாவதற்கு மண் முதற் காரணம். அதை உருவாக்கும் குயவன் நிமித்த காரணம். அதற்குப் பயன்படும் சக்கரம் துணைக் காரணம்

இப்படியொரு விளக்கத்தைத் தருகிறது வைணவம்.

வைணவம் பக்தி நெறியை வலியுறுத்துகிறது. விரதம் இருப்பது, தவம் செய்வது, தியானம், பிராணாயாமம் ஆகியவற்றை உட்கொண்டது பக்தி நெறி.

ஆனால் இவற்றை அனைவராலும் பின்பற்றுவது என்பது அத்தனை எளிதல்ல என்பதைப் புரிந்துகொண்ட வைணவம், பின்னர் எளிதான பிரபத்தி நெறி என்ற ஒன்றை உருவாக்கியது.

பிரபத்தி என்றால் சிறந்த பக்தி என்று பொருள். இந்த நெறிக்குக் கட்டுப்பாடுகள் இல்லை. நீராடுதல், மந்திரம் சொல்லுதல் போன்றவை கிடையாது.

புகழ் ஒன்று இல்லா அடியேன் உன்

அடிக்கீழ் அமர்ந்து புகுந்தேனே!

என்கிறார் நம்மாழ்வார். அதாவது, நான் உனக்கே தொண்டு செய்பவன். உன் திருவடியில் சரணடைந்தேன். நீ எனக்கு அடைக்கலம் தந்து என்னைக் காக்க வேண்டும் என்று வழிபட்டால் மட்டுமே போதும் என்கிறது பிரபத்தி நெறி.

சைவமும் வைணவமும் அதிக வேறுபாடுகள் உடையன அல்ல. சிவனும், விஷ்ணுவும் மைத்துனர்கள் என்று புராணங்கள் தெரிவிக்கின்றன.

சிவனின் சக்தியே விஷ்ணு என்கிறது சைவ தத்துவம்.

முன்னொரு காலத்தில் சைவமும், வைணவமும் இணைந்தே செயல்பட்டு வந்தன. எனினும் இன்னொரு சமயம் இவ்விரு சமயங்களும் ஒன்றுக்கொன்று முரண்பட்டு முட்டல் மோதல்களில் ஈடுபட்டன.

ஆண்டாள்

வடகலை

தென்கலை

திருப்பதி

எனினும் விஷ்ணுவின் லீலைகளைப் பற்றியே விவரிக்கும் மகாபாரதமும், இராமாயணமும் வைணவர்களால் மட்டுமல்ல, சைவர்களாலும் ஏற்றுக்கொள்ளப்பட்ட புனித காவியங்கள் என்பதையும் நாம் மறந்துவிடக்கூடாது.

'ஆலமர் கடவுள்' என்று புறநானூறு திருமாலைப் போற்றிப் புகழ்கிறது.

'பாம்பணைப் பள்ளி அமர்ந்தோன்' என்று திருமாலைப் போற்றுகிறது பெரும்பாணாற்றுப்படை.

'பாம்பை அணையாகவும், சக்கரத்தை ஆயுதமாகவும் கொண்டவன்' என்று கலித்தொகை புகழ்கிறது.

சிவன், முருகன் போன்ற சைவ சமயக் கடவுளர்களுடன் வைணவ தெய்வமான விஷ்ணுவையும் சேர்த்து வணங்கும் வழக்கம் இன்றும் இருந்து வருகிறது.

ஐந்தலை உயரிய அணங்குடை அருந்திறல்

மைந்துடை யொருவனு மடங்கலு நீ

அதாவது ஐந்து தலைகளை உடையவனும், தெய்வத்தன்மை, அரிதிறன், திண்மை ஆகியவற்றை உடையவனுமாகிய ஒப்பற்ற சிவனும், அவன் மைந்தனுமாகிய அரியேறு ஒத்த முருகனும் நீயே என்று விஷ்ணுவைப் போற்றுகிறது பரிபாடல்.

எனினும் காலப்போக்கில் இந்நிலை மாற்றம் பெற்றது. சைவர்கள் சிவனை உயர்த்திப் புகழ்வதும், வைணவர்கள் விஷ்ணுவை உயர்வாகப் போற்றுவதும் அதிகரித்து இரு பிரிவினருக்கும் இடையே முரண்பாடுகள் ஏற்பட்டுவிட்டன.

எனினும் இருபிரிவையும் மீண்டும் இணைக்கும் முயற்சிகள் பலவிதங்களில் உயிர்பெற்றன. 'அரியும் சிவனும் ஒண்ணு. அறியாதவர் வாயில் மண்ணு' என்னும் பொன்மொழியும் உலா வந்தது. சைவ, வைணவ ஒற்றுமைக்கு நிறைய முயற்சிகள் மேற்கொள்ளப்பட்டன.

சிவனுக்கும் விஷ்ணுவுக்கும் ஒரே ஆலயத்தில் சந்நிதிகள் அமையப் பெற்றன. சிதம்பரத்தில் கோவிந்தராஜப் பெருமாளாக வீற்றிருக்கிறார்.

நெல்லையில் நெல்லைக் கோவிந்தராக அருள் பாலிக்கிறார். திருச்செந்தூரில் அரங்கநாதனாக விளங்குகிறார்.

அதேபோல அன்பில், வித்துவக்கோடு போன்ற திருத்தலங்களில் அமைந்துள்ள விஷ்ணு ஆலயங்களில் சிவனுக்கு தனிச் சந்நிதிகள் அமைந்துள்ளன.

இவ்வாறாக சைவ ஆலயங்களில் திருமால் வீற்றிருந்து இரு பிரிவிற்கும் இடையே பிளவு இல்லாத நிலை உருவாகியது.

விஷ்ணு பல்வேறு திருநாமங்களை உடையவராக விளங்குகிறார். பத்மநாபன் என்னும் பெயரில் அழைக்கப்படுகிறார். தாமரை மலர் போன்ற கொப்பூழ் உடையவர் என்பதே இதன் பொருள்.

ஜெகந்நாதன் என்றும் அழைக்கப்படுகிறார். ஜெகம் என்றால் உலகம் என்று பொருள். உலகத்திற்கே நாதனாக விளங்குகிறார்.

அரங்கம் என்பதையும் உலகம் என்று பொருள் கொள்வதால் அரங்கநாதன் என்னும் திருநாமத்தையும் கொண்டுள்ளார்.

பெருமாள் கோயில்களில் அவரின் கோலங்கள் நிற்பது போலவும், அமர்ந்திருப்பது போலவும், படுக்கையில் இருப்பது போலவும் மூன்று வகையாகக் காணப்படுகின்றன.

இவை யோக, போக, வீர, ஆபிசாரிக என்னும் நான்கு வகை மூர்த்தங்களாகக் கொள்ளப்படுகிறது. யோக மூர்த்தம் யோகிகளும், போக மூர்த்தம் போகிகளும், வீர மூர்த்தம் வீரர்களும், ஆபிசாரிக மூர்த்தம் அரசர்களும் வணங்கத்தக்கவையாகும்.

சுருக்கமாகச் சொல்வதானால், வாழ்வின் எந்நிலையில் இருப்பவர்களும் உயர்வு, தாழ்வு பேதமில்லாமல் அவரவர் விருப்பத்திற்கேற்ப வணங்கத்தக்க வகையில் பெருமாள் கோயில்கள் அமைந்துள்ளன.

நிர்க்குண பிரம நிலையில் பெருமாளைத் தரிசிக்கவோ, அவன் அருளைப் பெறவோ இயலாது. நிர்க்குண பிரம நிலை என்றால் குணமற்ற கருவில் இருக்கும் சிறு உயிர்ப் பிண்டத்தின் நிலையே பிரம்ம நிலைக்கு ஒப்பிடப்படுகிறது.

எனவே ஞானிகள் உட்பட வைணவ அடியார்கள் அனைவரும் சகுணப் பிரம நிலையில் அவனை வழிபட்டுப் பேரானந்தம் அடைகின்றனர். இது பரம், வியூகம், விபாவம், அந்தர்யாமி, அர்ச்சம் என்னும் ஐந்து வகை திருமேனிகளாக வகுக்கப்பட்டுள்ளது.

வைகுண்டத்தில் ஸ்ரீதேவி, பூதேவி, நீலதேவி ஆகியோர் தனக்குப் பணிவிடை புரிய அமர்ந்தருளும் பேரானந்தத் திருமேனி பரம் என்று அழைக்கப்படுகிறது.

பாற்கடலில் ஆதிசேஷன் மீது அனந்தம் கொண்டு படைத்தல், காத்தல், அழித்தல், சம்சார பந்தத்தில் இருந்து கரையேற்றுதல் ஆகிய நான்கு தொழில்களையும் நான்கு திருமேனிகளுடன் நடத்துவது வியூகம் எனப்படுகிறது.

அவதாரத் திருமேனிகள் விபாவம் என்பதில் அடங்குகிறது.

படைக்கப்பட்ட ஜீவராசிகள் அனைத்திலும் தோன்றாத் துணையாய் நின்று அருள்பாலிக்கும் திருமேனி அந்தர்யாமி எனப்படுகிறது.

ஆலயங்களில் விக்கிரக வடிவில் எழுந்தருளி அருள்பாலிக்கும் திருமேனிகள் அர்ச்சம் என்று அழைக்கப்படுகிறது.

உபநிடதங்களில் உள்ளவற்றைத் தொகுத்து ஒருமைவாத அடிப்படையில் வாதராயனர் பிரம்மசூத்திரம் என்னும் தத்துவ நூலைத் தோற்றுவித்தார். இதற்கு ஸ்ரீசங்கராச்சாரியார், ஸ்ரீராமானுஜர், மத்துவர், நீலகண்ட சிவாச்சாரியார் ஆகியோர் விரிவான பேருரைகள் என்னும் மஹாபாஷ்யங்கள் எழுதினர்.

'உள்ளது ஒன்றே, அது பிரமமே' என்னும் அடிப்படையில் சங்கராச்சாரியார் தமது ஆய்வினை மேற்கொண்டார். சங்கர வேதாந்தம் என்றும், ஏகான் வாதம் என்றும், மாயாவாதம் என்றும் இது அழைக்கப்படுகிறது.

ஒன்று வேறொன்றாகத் தோன்றுவதாகிய விவர்த்தனமே இவரின் விளக்கத்திற்கு அடிப்படையாக அமைந்தது என்றாலும் இது சைவத்தை அடிப்படையாகக் கொண்டதாகவே இருந்தது.

கி.பி. ஆயிரம் நூற்றாண்டில் சங்கரருக்கு இரண்டு நூற்றாண்டுகளுக்குப் பிற்பட்டவரான இராமானுஜர், பிரமத்தை விஷ்ணு என்றே நம்பினார்.

பிரமம் மட்டுமே உட்பொருள் என்றார் சங்கரர். ஆனால் பிரமம், உயிர், உலகம் ஆகிய மூன்றுமே உட்பொருள் என்பதை மெய்ப்பிக்க முயன்றார் இராமானுஜர்.

அதாவது, உடலை உயிர் இயக்க, உயிருள் உயிராய் நின்று உயிரை இயக்குவது பிரமம் என்பது இவரது கருத்து.

இறைவனுக்கும் உயிர் உலகிற்கும் பிரிக்க முடியாத உறவு உண்டு என்பது இவரது முடிவு. இவர் பிரம சூத்திரத்திற்கு எழுதிய பேருரை ஸ்ரீபாஷ்யம்.

இராமானுஜருக்குப் பின் வந்தவர் மத்துவர். இராமானுஜரின் கருத்தில் இருந்து இவர் வேறுபட்டார். இறைவனும், உயிர் உலகும் வேறு வேறு என்பது இவரது கருத்து.

வாயு புத்திரனாகிய ஆஞ்சநேயர் மூலம் உயிர்கள் ஈஸ்வரனைச் சென்று அடைவதே முக்தியென்றும், ஆனால் இது சகல ஆன்மாக்களுக்கும் கிட்டாது என்றும் கூறினார். மேலும் சில ஆன்மாக்கள் எக்காலத்திலும் முக்தி அடையவே செய்யாது என்றும் தெரிவித்தார்.

மத்துவரின் வேதாந்த தத்துவம் துவிதம் எனப்படும்.

இராமனுஜரைப் போலவே மத்துவரும் வைணவப் பிரிவைச் சார்ந்தவர்.

நீலகண்ட சிவாச்சாரியார் சைவ சித்தாந்த நோக்கில் பிரம சூத்திரத்திற்கு மகாபாடியம் எழுதினார்.

இராமானுஜருக்குப் பின்னர் வந்த தெலுங்கைத் தாய் மொழியாகக் கொண்ட நிம்பர்க்கர், அத்துவைதத்தையும், துவைத்தத்தையும் இணைத்து, 'அத்வைத துவைத்' என்னும் புதிய தத்துவத்தை உருவாக்கினார்.

சைவம் இருபத்தெட்டு ஆகமங்களைக் கொண்டது. முனிவர்கள் பலர் இணைந்து ஐந்து இரவுகளில் உபதேசித்த பாஞ்சராத்திர ஆகமம், விகனசர் என்பவர் உபதேசித்த வைகானச ஆகமம் ஆகிய இரண்டு ஆகமங்களை வைணவம் பிரமாண நூல்களாகக் கொண்டுள்ளது.

சமய தத்துவம், வழிபாட்டு முறை, கிரியைகள், கோயில் அமைப்பு, விக்கிரக அமைப்பு போன்ற அனைத்தும் இந்த ஆகமங்களில் விரிவாகக் குறிப்பிடப்பட்டுள்ளன.

மேலும் பதினெண் புராணங்களில் கருடம், வராகம், நாரதீயம், வைணவம், பாகவதம், வாமனம் ஆகிய ஆறும் விஷ்ணு புராணங்கள் ஆகும்.

வாழ்க்கை நெறியை வகுத்துக்கூறும் தத்துவ நூலான பகவத் கீதை, கர்ம யோகத்தை முதன்மைப்படுத்தி செயல்புரியத் தூண்டுகிறது. இது வைணவர்களின் புனித நூலாகவும் விளங்கி வருகிறது.

கிருஷ்ண சைதன்யம், நிம்பர்க்க வைணவம், வல்லபம் என்று வைணவம் மூன்று உட்பிரிவுகளைக் கொண்டதாக விளங்குகிறது.

சைதன்யர், நிம்பர்க்கர், வல்லபர் என்னும் வைணவ அருளாளர்கள் பெயர்களால் இப்பிரிவுகள் அழைக்கப்படுகின்றன.

இவை தவிர தமிழகத்தில் வடகலை, தென்கலை என்று இரு பிரிவுகளாகப் பிரிந்து கிடக்கிறது. வடகலை என்பது வடமொழி வேத சாஸ்திரங்களை பிரமாணங்களாகக் கொண்டுள்ளது. தென் கலை என்பது தமிழக ஆழ்வார்களின் திவ்ய பிரபந்தங்களைப் போற்றிப் புகழ்வதாக அமைந்துள்ளது.

அதேபோல நெற்றியில் இட்டுக்கொள்ளும் நாமத்திலும் இவ்விரு பிரிவினரும் வேறுபட்டுக் காணப்படுகின்றனர்.

பெருமாள் கோயில்கள் ‘விண்ணகரங்கள்’ என்னும் பெயரால் தமிழகத்தில் அழைக்கப்படுகின்றன. சமயக்குரவர்கள் பாடியதால் சிவன் கோயில்கள் ‘பாடல்பெற்ற தலங்கள்’ என்று போற்றிப் புகழப்படுகின்றன. அதேபோல ஆழ்வார்கள் பன்னிருவர்களால் பாடப்பெற்ற விஷ்ணு தலங்கள் ‘மங்களா சாசனம் பெற்ற பதிகள்’ என்று அழைக்கப்படுகின்றன. பாண்டி நாட்டில் பதினெட்டு, சோழ நாட்டில் நாற்பது, சேர நாட்டில் பதின்மூன்று, தொண்டை நாட்டில் பதினான்கு, வடநாட்டில் பன்னிரெண்டு, மத்திய நாட்டில் இரண்டு என்று நூற்றெட்டு வைணவத் தலங்கள் இருந்த போதிலும் எழுபது தலங்கள் மட்டுமே ‘மங்களா சாசனம் பெற்ற பதிகள்’ எனப்படுகின்றன.

திருமாலின் மீது பக்தி பித்துப் பிடித்து பாடித் திரியும் பக்தர்களை ‘பாகவதர்கள்’ என்று வடமொழி விளிக்கிறது. விஷ்ணுவின் மீது பக்தியில் திளைத்து ஆள்பவர்களை ‘ஆழ்வார்கள்’ என்று தமிழகத்தில் அழைக்கிறார்கள்.

தமிழகத்தில் பெருமாளுக்கு 10 ஆயிரத்து 033 கோவில்கள் உள்ளன.

10

சாக்தம்

இந்து மதத்தின் மற்றொரு பிரிவு சாக்தம். இது சக்தி வழிபாட்டை முதன்மையாகக் கொண்ட சமயம். சக்தி மட்டுமே தெய்வம் என்பதிலும் தீவிரமான கருத்து கொண்டது சாக்தம்.

இச்சமயத்தைச் சார்ந்தவர்கள் சக்தியை தாயாக வழிபடுவதோடு, தங்களை 'சக்தி தாசர்கள்' என்றும் அழைத்துக் கொள்கின்றனர். சிகப்பு நிற ஆடை தரித்து, பெரிய அளவில் குங்குமம் அணிந்த தோற்றத்தில் அம்மனை வழிபடுகின்றனர்.

அனைத்து உலகத்தையும் படைத்து, காத்து, தன்னுள் ஒடுக்குபவள் சக்தியே என்பது இவர்கள் அடிப்படை நம்பிக்கை.

சாக்த மதத்திலும் இரு பிரிவு உண்டு. ஒன்று, வாமாசாரர்கள். மற்றொன்று தட்சிணசாரர்கள்.

வாமாசாரர்கள் கௌலிகள் என்று அழைக்கப்படுகின்றனர். வேதங்களை இவர்கள் ஏற்றுக் கொள்வதில்லை. தங்கள் வாழ்க்கை முறைக்கேற்ப விதிகளை உருவாக்கிக் கொண்டு செயல்படுகிறார்கள்.

தட்சிணசாரர்களை ஸ்ரீ வித்யோபாசகர்கள் என்றும், வைதிகர்கள் என்றும் அழைக்கின்றனர். இவர்கள் வேதத்தை முழுமையாகப் பின்பற்றுகிறார்கள். சந்தியாவந்தனம், மூதாதையர்களுக்கு கிரியை செலுத்துதல், வேள்விகள் போன்றவற்றைப் பின்பற்றுகிறார்கள்.

மொத்தம் 51 சக்தி பீடங்கள் உள்ளன. சதி தேவியான தாட்சாயிணியின் உடல் பாகங்கள் விழுந்த இடங்களே இவ்வாறு புனித பீடங்களாக வணங்கப்பட்டு வருகின்றன.

51 சக்தி பீடங்களில், இந்தியாவில் 43 பீடங்களும், வங்கதேசத்தில் 2 பீடங்களும், நேபாளத்தில் 3 பீடங்களும், திபெத்தில் 2 பீடங்களும், பாகிஸ்தானில் ஒரு பீடமும் அமைந்துள்ளது.

காளி வழிபாடு என்பது வெகுகாலமாகவே உள்ளது. பழங்காலத்தில் மிருகபலி மட்டுமல்லாமல் நரபலியும் அம்மன் வழிபாட்டில் இருந்து வந்தது.

ஆனால் ஆதிசங்கரர் காலத்திற்குப் பின்னர் பலியிடுதல் என்பது மறைந்துபோனது. தேவியை அன்புள்ளம் கொண்டவளாக விளக்கி ஸ்ரீ சக்கரத்தில் பிரதிஷ்டை செய்து வழிபடும் முறையை இவர் வகுத்துக் கொடுத்தார். இப்போது இதுவே பெரும்பாலும் நடைமுறையில் இருந்து வருகிறது.

தேவிதான் முழுமையான பராசக்தி என்றும், இவரே பிரம்மா, விஷ்ணு, சிவன் ஆகிய மூவரையும் படைத்தார் என்று உறுதியாகச் சொல்கிறது தேவி பாகவதம்.

மட்டுமல்லாமல் தன்னுடைய ஸத்வ, ரஜஸ், தமஸ் அம்சங்களை பிரதிபலிக்கும் வகையில் சரஸ்வதி, லட்சுமி, பார்வதி ஆகிய மூவரையும் படைத்தார் என்றும் கூறுகிறது.

அத்துடன் நின்றுவிடாமல் முத்தொழில் செய்யும் மூன்று கடவுளர்களுக்கும் உதவியாக இருந்து, அவர்களின் தொழிலைச் செம்மையாகச் செய்வதற்காக மூன்று தேவியரையும் அவர்களுக்குத் திருமணம் செய்து வைத்தார். படைப்புத் தொழில்புரியும் பிரம்மாவிற்கு சரஸ்வதியையும், காக்கும் கடவுளான விஷ்ணுவிற்கு லட்சுமியையும், அழிக்கும் தொழிலைச் செய்யும் சிவனுக்கு பார்வதியையும் இப்படித்தான் மணமுடித்துக் கொடுத்தாள் பராசக்தி அன்னை என்றும் இது தெரிவிக்கிறது.

சிவன் பார்வதியுடன் சேர்ந்து இல்லை என்றால் தன்னுடைய தொழிலை அவரால் சரிவரச் செய்யமுடியாது என்றும், அவள்

காளி தேவி

இல்லையெனில் சவத்தினை ஒத்தவர் என்றும் செளந்தர்ய லஹரி கூறுகிறது.

கோயில் அனைத்திலும் தேவிக்கு என்று தனி சந்நதி இருக்கிறது.

சாக்த சமயத்தை விளக்கும் ஆகம நூல்கள் 'தந்திரம்' என்று அழைக்கப்படுகிறது.

தேவியோடு கூடிய சிவபெருமானை வழிபடுவது சைவம். சிவபெருமானோடு கூடிய நிலையிலுள்ள அம்பிகையை வழிபடும் மார்க்கம் சாக்தம்.

ஒரு வழிபாடு வலமிருந்து இடமாகவும், மற்றொன்று இடமிருந்து வலமாகவும் காணப்படுகிறது.

அம்பிகையை அங்கீகாரம் செய்யாது வணங்கப்படும் சிவ வழிபாடும், சிவபெருமானை அங்கீகரிக்காது நிகழ்த்தப்படும் அம்பிகை வழிபாடும் எவ்விதப் பயனையும் நல்காது என்பது சைவம் மற்றும் சாக்தத்தின் உயரிய தத்துவம்.

யோக மார்க்கத்தில், குண்டலினி சக்தியாய் விளங்கும் அம்பிகை, மூலாதாரச் சக்கரம் தொடங்கி, மேல் நோக்கிய பயணத்தில், சிவபெருமான் வீற்றிருக்கும் சகஸ்ரார சக்கரம் சென்று அடையும் பெரு நிலையே 'சிவசக்தி ஐக்கியம்' என்று குறிக்கப்படுகிறது.

தற்போது வங்காளத்தில் மட்டுமே சாக்த மதம் வலிமையுடன் திகழ்ந்து வருகிறது. சக்தி வழிபாடு இந்துக்களிடையே அதிகம் காணப்படுகிறது என்ற போதிலும், சாக்தம் என்ற தனிக் கொள்கை யாரிடமும் இல்லை என்பதே உண்மை.

மன்னர்கள் காலத்தில் சாக்த மதம் ரொம்பவும் உயர்வுடன் காணப்பட்டது. மன்னர் விக்ரமாதித்யன் மகா காளி தேவியை உபாசனை செய்தவராக அறியப்படுகிறார்.

மாவீரன் சிவாஜி மன்னருக்கு பவானி தேவிதான் முக்கிய தெய்வம். சாக்த மதத்தில் அதீத நம்பிக்கை அவருக்கு.

மகாகவி காளிதாசர் சக்தி வழிபாட்டில் தீவிரம் காட்டியவர்.

தென்னகத்தில் தற்போதும் சக்தி உபாசனையை சிலர் கடைப் பிடிக்கின்றனர். மது, மாமிசம் போன்றவற்றைப் படைத்து இன்னும் பண்டைய வழக்கத்தை நடைமுறைப்படுத்திக் கொண்டிருக்கிறார் கள்.

11

காணாபத்தியம்

காணாபத்தியம் என்பது கணாபத்தியம் என்றும் கூறப் படுகிறது. விநாயகரை முழுமுதற் கடவுளாக வழிபடும் இந்து சமயப் பிரிவுகளில் இதுவும் ஒன்று.

இந்து சமயத்தின் அனைத் துப் பிரிவுகளுக்குமே பொதுக் கடவுள் விநாய கர். வழிபாடுகள், சமய நிகழ்வுகள் போன்ற சுபகாரியங்களை ஆரம்பிக்கும் முன் பாக விநாயகரை வழிபடுவது வழக் கம்.

கணபதி வழி பாடு என்பது சைவ சமயத்தில் ஐந்தாம் நூற்றாண்டில் இருந்தே காணப் படுகிறது.

காணாபத்தியம் என்னும் சமயப் பிரிவு அநேகமாக கி.பி. 6 மற்றும் 9ஆம் நூற்றாண்டுக்கு இடைப்பட்ட காலக்கட்டத்தில் தொடங்கியதாக அறியப்படுகிறது.

இதுபற்றிய தகவல்கள் ஆதிசங்கரரின் வாழ்வைப் பற்றிய நூலான 'சங்கர திக்விஜய'த்தில் காணப்படுகிறது.

10ஆம் நூற்றாண்டில் இப்பிரிவு வெகு சிறப்பான

வளர்ச்சியை அடைந்தது. இக்காலக் கட்டத்தில்தான் திருச்சி மலைக்கோட்டையில் உச்சிப் பிள்ளையார் கோயிலும் அமைந்தது.

மொரயா கோசாமி என்பவரால் இச்சமயப் பிரிவு இன்னும் நல்ல வளர்ச்சியை அடைந்தது. புனே நகருக்கு அருகே உள்ள மோர்கான் கோயிலை கி.பி. 14ஆம் நூற்றாண்டில் இவர் கட்டியதாகவும் தெரிகிறது. இங்குள்ள விநாயகர் சிலையை இவர் தனது கைகளைப் பயன்படுத்தாமல் உருவாக்கியதாகவும் பேசப்படுகிறது.

1651ஆம் ஆண்டு தான் பிறந்த சின்வாத் என்னும் கிராமத்தில் விநாயகர் கோயில் ஒன்றில் இவர் சமாதி அடைந்ததாகவும் செய்திகள் கூறுகின்றன.

இதன்பிறகு சின்வாத்தைச் சுற்றியுள்ள மராத்திய பகுதிகள் அனைத்திலும் காணாபத்தியம் தழைத்தோங்கி முதன்மை நிலையைப் பெற்றது. கி.பி. 17 முதல் 19ஆம் நூற்றாண்டு வரை இந்நிலை நீடித்தது. தற்போது காணாபத்தியம் முக்கியத்துவம் பெற்ற பிரிவாக விளங்கவில்லை என்ற போதிலும் மராத்தி மொழி பேசும் பகுதிகளில் உயர்பிரிவு இந்துக்களிடையே காணாபத்தியப் பிரிவு முக்கியத்துவம் பெற்றே காணப்படுகிறது.

தமிழகத்தில் காணாபத்தியம் என்று அழைக்கப்படும் கணபதி வழிபாடு கி.பி. 800ஆம் ஆண்டுகளில் தொடங்கப்பட்டது என்கின்றனர் வரலாற்று ஆய்வாளர்கள்.

வாதாபி என்னும் இடத்தில் இருந்து திருச்செங்காட்டங்குடி என்னும் இடத்திற்கு முதன்முதலான சிறுத்தொண்டரால் கணபதி தமிழகத்திற்குக் கொண்டுவரப்பட்டு வழிபாடு செய்யப்பட்டது. இதன்பிறகே அனைத்து கோயில்களிலும் விநாயகர் சிலைகள் பிரதிஷ்டை செய்யப்பட்டு பலராலும் வழிபாடுகள் செய்யப்பட்டு வருகின்றன. பிற்காலத்தில் விநாயகர் சிவபுராணத்துடன் இணைக்கப்பட்டார்.

தென்இந்தியாவிலும் இப்பிரிவை ஆதரிப்போர் இருந்து கொண்டுதான் இருக்கின்றனர். ஆண்டுதோறும் சின்வாத்துக்கும், மோர்கானுக்கும் புனித யாத்திரை சென்று வருகிறார்கள்.

இப்பிரிவைச் சார்ந்தவர்கள் தமது சமயக் குறியீடாக நெற்றியில் குங்குமப் பொட்டு வைத்துக் கொள்கிறார்கள். தமது தோள்களில் யானை முகம் மற்றும் தந்தங்களின் உருவங்களைப் பொறித்துக் கொள்வதும் உண்டு.

மோர்கான் விநாயகர் கோயில்

நம்மிடம் உள்ள தெய்வீக யோக சக்தியை மேலோங்கச் செய்து கடவுள் நிலையை அடையச் செய்வது என்னும் இந்து மதத் தத்துவம்தான் விநாயக தத்துவமாகவும் விளங்குகிறது.

முதுகின் கீழ்ப்பகுதியில் உள்ள அளப்பரிய சக்தி மூலாதாரம் எனப்படுகிறது. இது நெருப்பைப் போன்றது. ஆழ்ந்த தியானம் மூலம் அது சிறிதுசிறிதாக மேலெழுகிறது. மூளையின் உச்சி வரை அந்த மூலாதாரச் சக்தி எழுகிறது. இது மூலாதாரச் சக்கரம் என்று அழைக்கப்படுகிறது.

விநாயகர் வழிபாடு என்பது மூலாதாரச் சக்கரத்துடன் தொடர்புடையது. இதன் உச்ச நிலையில் மனிதன் முக்காலத்தையும் அறியும் ஆற்றலைப் பெற்று மாமுனிவராகி விடுகிறான்.

கணபதியை ஓங்காரத்தின் வடிவமாக இப்பிரிவினர் காண்கின்றனர். இந்து சமயமும் அப்படியேதான் கருதுகின்றது.

ஔவையார், நம்பியாண்டார் நம்பி ஆகியோர் கணபதி வழிபாட்டில் சிறந்து விளங்கியவர்கள். அதிலும் கணபதியின் அருளால் திருமுறைகள் இருக்கும் இடத்தை அறிந்து நம்பியாண்டார் நம்பி அதனை வெளிக்கொணர்ந்தார்.

12

கௌமாரம்

முருகப் பெருமானை முழுமுதற் கடவுளாகக் கொண்டு வணங்கும் சமயம் கௌமாரம் என்று சொல்லப்படுகிறது. முருகு என்றால் அழகு, இளமை, மணம், தெய்வம் ஆகிய பொருள்படும்.

இந்துக்களுக்கு ஷண்மத்தை ஸ்தாபித்து, வழிபாட்டு முறைகளையும் வகுத்துத் தந்தவர் ஆதிசங்கரர். தேவப்படையின் சேனாதிபதி சுப்ரமண்யரை பிரதான தெய்வமாகக் கொண்டு வழிபடும் முறைக்கு கௌமாரம் என்று பெயர்.

'கௌ' என்றால் மயில் என்று பொருள். முருகப் பெருமானின் வாகனம் மயில் என்பதால், இச்சமயம் கௌமாரம் என்னும் பெயர் பெற்றது.

தமிழர்கள் பெரும்பாலும் முருகப் பெருமானை வணங்கி வருகின்றனர். தமிழகத்தில் மட்டுமல்லாமல் சுமத்ரா, இலங்கை, ஜாவா, போர்னியா போன்ற நாடுகளிலும் முருக வழிபாடு இருந்து வருகிறது.

முருகனின் ஆயுதமாக விளங்கும் வேல் ஞான சக்தி

யாகவும், வள்ளி இச்சா சக்தியாகவும், தெய்வானை கிரியா சக்தியாகவும் கருதப்படுகிறது.

தென்இந்தியாவில் அகத்திய முனிவரால் முதன்முதலாக முருக வழிபாடு தொடங்கப்பட்டது. அதுமுதல் தொடர்ந்து இருந்து வருகிறது.

சங்க காலத்துப் புலவரான நக்கீரர் சுப்ரமணியரின் சிறந்த பக்தர். தன்னுடைய திருமுருகாற்றுப்படையில் சுப்ரமணியர் தனது பக்தர்களுக்கு அருள்பாலித்ததை;யீ காட்டும் வகையில் அறுபடை வீடு என்று ஆறு புனிதத் தலங்களைத் தேர்ந்தெடுத்துக் காண்பித்துள்ளார்.

இவை 'அறுபடை வீடுகள்' என்று இன்றும் அழைக்கப்பெறுகின்றன. இவற்றிற்கு தனித்தனியாகப் பல்வேறு தெய்வீக சக்திகள் உள்ளன.

திருப்பரங்குன்றம்	- உல்லாசம், ஆனந்தம்
திருச்செந்தூர்	- நிராகுலம், கவலையின்மை
பழனி	- யோகம், தவநிலை
சுவாமிமலை	- இதம், சுகமளித்தல்
திருத்தணி	- சல்லாபம், இன்பம்
பழமுதிர்ச்சோலை	- அற்புதம்

முருகப்பெருமான், 'தமிழ்க் கடவுள்' என்றே போற்றப்படுகிறார். திரைகடலோடித் திரவியம் தேடச் சென்ற தமிழர்கள், சென்ற இடமெல்லாம் முருகனுக்குக் கோயில்கள் கட்டி எழுப்பி அங்கெல்லாம் கௌமாரம் பரவச் செய்தனர்.

சிவ, சக்தி அம்சமான சச்சிதானந்த சொரூபமே முருகன் என்பார்கள். சச்சிதானந்தப் பரப்பிரம்மத்தையே, சோமாஸ்கந்தர் என்று போற்றி வழிபடுவது குறிப்பிடத்தக்கது.

ஞான வடிவான முருகப் பெருமானின் 'சித்' என்னும் சக்தியே பிரகிருதி மாயை. மாயைக்கு 'குக மாயை' என்ற பெயரும் உண்டு. பிரம்மா முதலான படைப்புகளுக்கு;யீ காரணம் மாயையே.

பகவத் கீதையில் ஸ்ரீ கிருஷ்ணபகவான், "படைத்தலைவரில் நான் கந்தன்" என்றுரைக்கிறார்.

ஸேநாநீநாம் அஹம் ஸ்கந்தஹ:

கீதையின் பத்தாவது அத்தியாயத்தில் விபூதி யோகத்தில் இந்த ஸ்லோகம் இடம்பெற்றுள்ளது.

ஸ்ரீ ருத்ரத்தில் வரும் 'நமோ ஹிரண்யபாகவே ஸேநாந்யே' என்ற வரிகள், தேவசேனாபதியாகிய முருகனையே குறிப்பதாகச் சொல்லப்படுகிறது.

சிவபெருமானின், சத்யோஜாதம், தத்புருஷம், வாமதேவம், அகோரம், ஈசானம், அதோமுகம் என்னும் ஆறு முகங்களின் அம்சமான ஆறு நெருப்புப் பொறிகள், சிவனின் நெற்றிக் கண் வழியே வெளிப்பட்டு, பரம்பொருளாகிய முருகப் பெருமான் தோன்றினார் என்கிறது கந்தபுராணம்

திருமுருகாற்றுப்படை, கந்தர்அனுபூதி, திருப்புகழ், கந்தர் கலிவெண்பா, சண்முகக்கவசம், குமரவேல் பதிற்றுப்பத்தந்தாதி, சஷ்டிகவசம் போன்ற நூல்கள் முருக வழிபாட்டிற்குச் சிறந்த நூல்களாக விளங்குகின்றன.

அகத்தியர், நக்கீரர், ஔவையார், அருணகிரிநாதர், குமரகுருபரர், பாம்பன் சுவாமிகள், கிருபானந்த வாரியார் போன்றோர் முருக பக்தியில் சிறந்து விளங்கி, முருகனின் உண்மையான அடியார்களாகத் திகழ்ந்தவர்கள்.

கச்சியப்ப சிவாச்சாரியார் எழுதிய ‘கந்த புராணம்’ என்னும் நூல் முருகப் பெருமானின் வரலாற்றைக் கூறும் அற்புத நூலாக விளங்குகிறது.

13

சௌரம்

சூரியனை பகவானாகக் கருதி, முழுமுதற் கடவுளாக எண்ணி வழிபடுவது சௌர சமய மாகும். சௌரம் என்றால் சூரியன் என்று பொருள். பேரொளி வடிவமான சூரியனை வழிபட வேண்டும் என்கிறது சௌரம்.

சூரியனின் சஞ் சாரத்தை வைத்து பஞ் சாங்கங்களில் கணக் கிடப்படுவதை சௌ ரமானம் என்பார் கள்.

சந்திரனின் நிலையை வைத்துக் கணக்கிடுவது சாந் திரமானம் எனப் படும்.

சௌரம் என் றால் நான்கு என்று பொருள்படும் என்றும், எனவே இது நான்முகனான பிரமனை வழிபடுவதை வலி யுறுத்துவதாகவும் சிலர் கூறுகின்ற னர்.

பல்லாயிரம் ஆண்டுகளுக்கு முன்னரே நமது முன்னோர்கள் இயற்கையை அன்புடன் வணங்கி யதாக தொன்மை நூலான ரிக் வேதம் பகர்கின்றது.

இந்து மதத்தில் சூரிய வழிபாட்டிற்கும் முக்கியத்துவம்

உண்டு. ஆனாலும் சூரியனை முழுமுதற் தெய்வமாக எண்ணி வணங்குவது சௌரம் என்று பிரிக்கப்பட்டுள்ளது.

சூரியனாருக்கு என்று வட மாநிலங்களில் நிறைய தனிக்கோயில் இன்றும் உள்ளன.

ஒடிசா மாநிலம் கோனார்க் மற்றும் தமிழகத்தில் சூரியனார் கோயில்கள் சூரிய பகவான் கோயில்களாக விளங்குகின்றன.

இயற்கையில் சூரியனே முதன்மையானது என்பதால் சூரியனை வழிபடும் முறை பண்டைக்காலம் முதலே இருந்து வருகிறது.

கண்கூடாக சூரிய பகவான் வானில் தெரிவதால் சூரிய வழிபாட்டில் விக்ரகங்களும், கோயில்களும் அவசியமற்றதாகி விட்டது. எனவேதான் சூரிய பகவானுக்கு அதிகளவில் கோயில்கள் இல்லை.

சூரியபகவான் தித்யம், திவாகரன், பாஸ்கரன், சூரிய நாராயணன் என்று பல்வேறு பெயர்களில் அழைக்கப்படுகிறார்.

தித்யம் என்றால் தேவர்க்கெல்லாம் தலைவன் என்று பொருள். திவாகரன் என்றால் பகல் செய்பவன் என்றும், பாஸ்கரன் என்றால் ஒளியை உண்டுபண்ணுபவன் என்றும், சூரிய நாராயணன் என்றால் செயலைத் தூண்டும் கடவுள் என்றும் பொருளாகும்.

பிரபஞ்சம் முழுதும் பரம்பொருளில் தோன்றி மீண்டும் அதனிடமே ஒடுங்குவது போல் இப்பிரஞ்சத்தில் உள்ள அழியாப் பொருள் சூரியனிடமிருந்து பூவுலகும், பூவுலகில் வாழும் உயிர்களும் தோன்றி மீண்டும் அதனிடம் ஒடுங்கும் என்பது கோட்பாடு.

சூரிய பகவானுடைய சொரூபம் இலட்சணமானது, பிரகாசமானது. பல்வேறு கருத்துக்களையும் பொருள்களையும் கொண்டது.

ஒற்றை சக்கரமுடைய இரதத்தை ஏழு பச்சைக் குதிரைகள் இழுத்துச் செல்ல இடுப்புக்குக் கீழ் உடலற்ற பூஷன் என்னும் சாரதி ஓட்டுகிறான்.

ஒற்றைச் சக்கரமானது விண்ணில் சூரியனைக் காணும் பருதி வடிவத்தையும், ஏழு குதிரைகளையும் ஒளியின் ஏழு நிறங்களையும், ஆன்மாவின் ஏழு பிறப்புகளையும் ஏழு ஞான பூமிகளையும் குறிக்கின்றன.

சூரிய பகவான்

இரதத்தில் எழுந்தருளியிருக்கும் சூரிய பகவான் சங்கு சக்கரத்தையும் ஏந்தியுள்ளார். சங்கு சக்கரங்கள் பிரபஞ்சம் யாவும் அவனிடமிருந்து வந்தவை என்பதையும் சக்கரமானது பிரபஞ்சமானது அவன் ஆணையால் ஒழுங்குபாட்டுடன் இயங்குகிறது என்பதையும் குறிக்கிறது.

இன்று சௌர சமயத்தைப் பின்பற்றுபவர்கள் உலகில் குறைந்த அளவே இருந்தாலும், சூரிய பகவானை இந்துக்கள் மட்டுமன்றி உலகம் முழுவதும் பலரும் வணங்கி வருகின்றனர்.

இச்சமயத்தின் புனித நூல்கள் ஆதித்யஹிருதயம் என்பதாகும்.

14

சமணம்

சமணம் என்னும் சொல் 'சிரமண' என்னும் வடசொல்லின் திரிபாகும். எனவே சமண சமயத்தின் 'சிரமணர்' என்பவர்கள் தமிழில் சமணர் என அழைக்கப் பட்டனர்.

சிரமணர் என்பதற்கு இன்பதுன்பம் ஆகிய இரண்டையும் சமமாக ஏற்பவர் என்று பொருள். நட்பு, பகை அற்றவர்.

தன்னை இகழ்பவரைக் கோபிக்க மாட்டார்கள். தன்னைப் புகழ்பவரைப் போற்றவும் மாட்டார்கள்.

அன்பும் அருளும் நிறைந்த இவர்கள், இறப்பையும் பிறப்பையும் பொருட்படுத்துவது இல்லை. உலகில் நல்லன மட்டுமே செய்ய வேண்டும் என்னும் ஒரே நோக்கத்திற்காகத் தங்களின் அனைத்து சுக நலன்களையும் துறந்தவர்.

மட்டுமல்லாமல் ஐம்புலன்களையும் தன்வயப்படுத்தி. நான், எனது என்னும் செருக்கினை அழித்தவர்.

ஒழுக்கத்தை உயிரினும் மேலாகக் காப்பவர்.

இப்படி சிரமணர் என்னும் சமணர் பற்றி ஏராளமாகக் குறிப்பிடலாம்.

சமண மதம் வெவ்வேறு பெயர்களால் குறிப்பிடப்படுகிறது. ஐம்புலன்களையும் இருவினைகளையும் வென்றவர் அல்லது ஜெயித்தவர் என்பதால் தீர்த்தங்கரர், ஜினர் என்று போற்றப்படுகிறார்.

ஜினரைக் கடவுளாகப் போற்றும் மதம் ஜைன மதம். இது தமிழில் சமண மதம் என அழைக்கப்படுகிறது.

தீர்த்தங்கரர் பேரின்ப நிலையை (அருகபதவி) அடைந்தவர் என்பதால் அருகன் என்றும் அழைக்கப்படுகின்றனர். அருகனை வணங்குவோர் ஆருகதர் எனப்பட்டனர். எனவே சமண மதம் ஆருகதமதம் என்றும் வழங்கப்பட்டது.

சமணர் நிக்கந்தர் என்று அழைக்கப்பட்டனர். நிக்கந்தர் என்றால் பற்றற்றவர் என்று பொருள். எனவே நிகண்டர் என்றும் சமணர்கள் அழைக்கப்பட்டனர். இதன் காரணமாக நிகண்ட மதம் என்றும் சமணம் பெயர் பெற்றது.

தீர்த்தங்கரர்கள் அவ்வப்போது உலகில் தோன்றி சமண சமயத்தைப் பரப்பி வருவதாக சமணம் கூறுகிறது. தீர்த்தங்கரர்கள் என்றால் ஆன்மாவைப் பிறவிப் பெருங்கடலில் இருந்து கரையேற்றியவர் என்று அர்த்தம்.

இதுவரை 24 தீர்த்தங்கரர்கள் தோன்றியுள்ளனர். இன்னும் 24 தீர்த்தங்கரர்கள் தோன்றுவார்கள் என்று நம்புகிறது சமணம்.

சமண சமயத்தின் தோற்றம் முதல் தீர்த்தங்கரராகிய விருஷப தேவரால் தோற்றுவிக்கப்பட்டது என்பது சமணர் கொள்கை. விருஷபதேவரை ஆதிபகவன், ஆதிநாதர் என்கின்றனர் சமணர்கள். ஆனால் வரலாற்று ஆய்வாளர்கள் இதில் முரண்படுகின்றனர்.

எனினும் சமண சமயத்தைத் தோற்றுவித்தவர் இருபத்து நான்காம் தீர்த்தங்கரர் மகாவீர் என்றும் சிலர் கூறுகின்றனர். ஆனால் காலத்திற்கேற்பச் சில சீர்திருத்தங்களை மகாவீர் செய்தார் என்றும், சமண சமயத்தைத் தோற்றுவித்தவர் அல்லர் என்றும் வேறு சிலர் தெரிவிக்கின்றனர்.

இந்தக் காலக்கட்டத்தில்தான் கொல்லாமை அறமும் மறுபிறப்பு எடுத்தது. மகாவீர் காலத்தில்தான் புத்தபிரானும் வாழ்ந்தார் என்பது குறிப்பிடத்தக்கது.

நான்கு வகையான வேதத்தில் பழமையானது ரிக் வேதம். இது சமண சமயத்தின் மேன்மையைப் பறைசாற்றுவதால் இம் மதம் வேத காலத்திற்கு முற்பட்டது என்று நம்பப்படுகிறது.

ரிக் வேதத்தில் ஆதி நாதரைப் போற்றும் ஸ்தோத்திரங்கள் பல காணப்படுகிறது. அதேபோல 22ஆம் தீர்த்தங்கரரான நேமிநாதர் துதி யஜுர் வேதத்தில் சிறப்பாகக் காணப்படுகிறது.

பதினெண் புராணங்களிலும் தீர்த்தங்கரர்கள் பற்றிய தகவல்கள் உள்ளன.

சிவபுராணம், அக்னிபுராணம் ஆகியவற்றிலும் ஆதி பகவானின் பெருமை பேசப்பட்டுள்ளது.

இதிலிருந்து சமணம் என்னும் ஜைன மதம் பழங்காலத்தில் பெருமையுடனும் புகழுடன் இருந்துள்ளது என்பதைப் புரிந்து கொள்ள முடிகிறது.

தீர்த்தங்கரர்கள் விருப்பு வெறுப்பு அற்றவர்கள் என்பதால் கடவுளின் முத்தொழில்களான ஆக்கல், காத்தல், அழித்தலில் இவர்கள் ஈடுபடுவதில்லை.

தன்னையறிந்து, வீடுபேற்றிற்குத் தடையாக அமைந்த இரு வினைகளை முற்றுமாகப் போக்கி, வீடுபேற்றின் பேரின்பநிலையில் என்றென்றும் நிலைப்பவர்கள் தீர்த்தங்கரர்கள். அதனால் தம்மை வணங்குபவர்க்கு இவர்கள் எதையும் அளிப்பதில்லை. தவறிழைப்பவர்களைத் தண்டிப்பதும் கிடையாது.

தீர்த்தங்கரர்கள் சென்ற பாதையில் அவர்கள் விளக்கும் நற்காட்சி, நல்ஞானம் இவற்றின் அடிப்படையில், நல்லொழுக்கத்தைப் போற்றி வாழவேண்டும் என்றும், அதன்பின் தெய்வநிலை அடைய வேண்டும் என்றும் சமணர்கள் பக்தி நெறியைக் கடைப்பிடிக்கிறார்கள்.

இவர்களும் உருவ வழிபாட்டைப் பின்பற்றுகிறார்கள். கோயிலுக்குச் சென்று இல்லறத்தார் வணங்குவது சமணர்களின் அன்றாடக் கடமைகளில் ஒன்று என இச்சமயம் வலியுறுத்துகிறது.

அசோக மரம் என்னும் பிண்டி மரத்தைப் போற்றுவது சமணர்களின் வழக்கம். எனவே இவர்கள் 'பிண்டியர்' என்றும் அழைக்கப்பட்டனர்.

மதங்கள் இருவகைப்படும். ஒன்று ஏகாந்த வாதம். அதாவது ஒரு பொருளை ஒரு நோக்கில் மட்டுமே பார்ப்பது ஆகும்.

மதுரை சமணர் குகை

மற்றொன்று அனேகாந்த வாதம். அதாவது ஒரு பொருளைப் பல்வேறு நோக்கில் பார்ப்பது ஆகும்.

சமண சமயத்திற்கு அனேகாந்த வாதம் என்ற பெயரும் உண்டு. இச்சமயத்தைத் தவிர மற்ற மதங்கள் அனைத்தும் ஏகாந்த வாதத்தைப் பின்பற்றுவது குறிப்பிடத்தக்கது.

ஆரம்ப காலத்தில் சமணம் திகம்பரச் சமணம் என்றே அழைக்கப்பட்டது. பின்னர் இது மேலும் சுவேதாம்பர சமணம், ஸ்தானசுவாசி சமணம் என இரு பிரிவுகளாகப் பிளவுபட்டது. இதன்காரணமாக சமணம் மூன்று பிரிவுகளாக மாறியது.

திகம்பரச் சமணத் துறவிகள் ஆடை அணிய மாட்டார்கள். திசைகளையே ஆடையாக உடுத்தியவர்கள். திகம்பரச் சமணக் கோயில்களில் உள்ள தீர்த்தங்கரரின் திருவுருவங்கள் ஆடை எதுவும் இல்லாமல் திகம்பரமாகவே இருக்கின்றன.

சுவேதாம்பரத் துறவிகள் அவ்வாறு இல்லாமல் வெண்ணிற ஆடையை அணிவார்கள். எனினும் திகம்பரச் சமணர்களைப் போலவே இவர்களும் உருவ வழிபாட்டில் ஈடுபடுகின்றனர்.

ஆனால் ஸ்தானகவாசியைச் சேர்ந்த சமணர்கள் தம் கோயில் களில் சமண சமய ஆகம நூலை மட்டுமே வணங்கும் வழக்க முடையவர்கள். ஆயினும் அடிப்படைத் தத்துவத்தில் மாற்றங்கள் எதுவும் இவர்களிடம் கிடையாது.

எனினும் தமிழகத்தைப் பொறுத்தமட்டில் எப்போதும் திகம்பரச் சமணம் மட்டுமே நிலைகொண்டுள்ளது.

இச்சமயத்தில் இனப் பாகுபாடுகள் கிடையாது என்பது குறிப்பிடத்தக்கது.

மௌரியப் பேரரசைத் தோற்றுவித்த சந்திரகுப்தர் காலத்தில் சமண மதம் தழைத்தோங்கியது. இப்பேரரசு கிறிஸ்து பிறப்பதற்கு சில காலத்திற்கு முன்னர் அமைந்தது. வடஇந்தியாவில் இருந்த அந்நிய ஆதிக்கத்திற்கு முற்றுப்புள்ளி வைத்து இந்தியப் பேரரசை நிறுவியதால் மௌரியப் பேரரசு புகழ்பெற்றது.

சந்திரகுப்தரின் குருவாக இருந்தவர் பத்திரபாகு. இவர் ஒரு சமண முனிவர். இவரால் சமணத்தின் மீது முழுமையான ஈடுபாடு கொண்ட சந்திரகுப்தர், பல ஆண்டுகள் நல்லாட்சி செய்தபின், தனது மகனிடம் அரச பதவியை ஒப்படைத்துவிட்டு துறவறம் பூண்டார். பத்திரபாகுவின் தலைமையில் இயங்கிய சமண சங்கத்தில் தன்னை இணைத்துக் கொண்டார்.

இதுபோன்ற சூழலில் வடஇந்தியாவில் கொடிய பஞ்சம் ஏற்படப் போவதை முன்கூட்டியே தனது ஞானதிருஷ்டியால் அறிந்த பத்திரபாகு, அங்கிருந்து தென்இந்தியாவிற்கு வந்தார். அப்படியே கொடிய பஞ்சம் ஏற்பட்டது. அதுவும் பன்னிரெண்டு ஆண்டுகள் நீடித்தது.

இதன்காரணமாக சமண சங்கத்தைச் சேர்ந்த 8 ஆயிரம் துறவிகளும் அவருடன் தென்இந்தியாவிற்குள் நுழைந்தனர். அப்போது தென்னகம் மிகச் செழிப்பாக இருந்தது.

பொதுவாக சமண முனிவர்கள் உணவு விஷயத்தில் மிகக் கண்டிப்பானவர்கள். சில கடுமையான விதிமுறைகளைக் கொண்டவர்கள். சிறிய குறை இருந்தால்கூட உண்பதைத் தவிர்த்து பட்டினி இருப்பார்கள்.

இப்படிப்பட்ட சமணத் துறவிகள் தென்னாட்டில் வந்து குடியேறியதும் அங்குள்ள மக்களுடன் நெருங்கிப் பழகினார்கள். அவர்களின் மொழி, கலாச்சாரம், பண்பாடு போன்றவற்றை நன்கு அறிந்து, அவற்றைக் கற்றுத் தேர்ந்தனர் தமிழகத்தில் சமண சமயக் கொள்கையை வளர்க்க அவர்கள் தமிழ் மொழியைச் செழிப்புற பயன்படுத்திக் கொண்டனர்.

பத்திரபாகு முனிவர் கர்நாடக மாநிலம் பெங்களூருவில் இருந்து 158 கி.மீ. தொலைவில் உள்ள சிரவணபெலகுளாவிற்கு வந்தார்.

சிரவண என்றால் சமணம் என்று பொருள். பெல என்றால் வெள்ளை. குளா என்றால் குளம். 'சமண வெள்ளை குளம்' என்பது இதன் பொருள். கடல் மட்டத்தில் இருந்து 3 ஆயிரத்து 350 அடி உயரத்தில் அமைந்துள்ளது இத்தலம்.

இங்கு விந்தியகிரி, சந்திரகிரி என்று இரு மலைகள் அமைந்துள்ளன. விந்தியகிரி மலை உச்சியில் கோமதீஸ்வர பகவான் என்னும் சமணத் துறவியான பாகுபலியின் 57 அடி உயரத்தாலான சிலை ஒற்றைக்கல்லில் வடிவமைக்கப்பட்டுள்ளது. உலகின் மிகப் பெரிய ஒற்றைக்கல் சிலையாக இது விளங்குகிறது.

யார் இந்த பாகுபலி?

24 தீர்த்தங்கரர்களில் முதலாமானவர் ரிஷபர். இவருக்கு மொத்தம் நூறு மகன்கள். முதலாவது மகன் பரதன். இரண்டாவது மகன் பாகுபலி.

முதலாவது மகன் என்பதால் பரதனுக்கு முடிசூட்டப்பட்டது. ஆனால் இது பாகுபலிக்குப் பிடிக்கவில்லை. சகோதரனோடு போரிட்டு வெற்றிவாகை சூடினார் பாகுபலி. தோல்வியைத் தழுவிய பரதனோ துவண்டு போனார். சகோதரனின் வாடிய முகத்தைப் பார்த்து நெஞ்சு விம்மிய பாகுபலி அனைத்தையும் துறந்து துறவறம் பூண்டார்.

இந்த பாகுபலிக்குத்தான் சிரவணபெலகுளாவில் மிகப் பெரிய சிலை வைக்கப்பட்டுள்ளது.

இப்பேர்ப்பட்ட சிரவணபெலகுளாவிற்கு வந்தார் பத்திரபாகு. அங்கு தமது சீடர்களுடன் வந்து தங்கினார். அப்போது தமது சீடர்களில் ஒருவரான விசாக முனிவர் என்பவரை சோழ, பாண்டி நாடுகளுக்கு அனுப்பி, சமண சமயத்தைப் பரப்ப முயற்சி மேற்கொண்டார்.

பின்னர் அங்கேயே சல்லேசனை நோன்பு என்று சொல்லப்படும் வடக்கிருந்து கி.மு. 297ஆம் ஆண்டு வீடுபேற்றினைப் பெற்றார்.

இவரைத் தொடர்ந்து ஆட்சி அதிகாரத்தைத் துறந்து துறவறம் மேற்கொண்ட சந்திரகுப்தரும் வடக்கிருந்து உயிர் துறந்தார்.

இங்குள்ள சந்திரகிரி மலை, மௌரிய மன்னர் சந்திரகுப்தரின் நினைவாக சந்திரகிரி மலை என்றே அழைக்கப்படுகிறது.

இத்தகவலின் மூலம் தமிழகத்தில் கி.மு. மூன்றாம் நூற்றாண்டிலேயே சமண சமயம் பரவியது என்பது தெளிவாகத் தெரிகிறது. இதனை உறுதி செய்வது போலத்தான் அச்சரப்பட்டி, மாங்குளம், திருப்பரங்குன்றம், அழகர்மலை உள்ளிட்ட பகுதிகளில் சமணர் தொடர்பான பிராமிக் கல்வெட்டுக்கள் காணப்படுகின்றன.

வேதங்கள் எழுதப்படுவதற்கு முன்னரே ஜைன தத்துவம் இருந்தது என்பதில் எவ்வித சந்தேகமும் இல்லை' என்று தனது 'இந்திய தத்துவம்' என்னும் நூலில் முன்னாள் குடியரசுத் தலைவர் டாக்டர். இராதாகிருஷ்ணன் குறிப்பிட்டுள்ளார்.

முதன் முதல் எழுத்துக்களையும் எழுதும் கலையையும் தோற்றுவித்தவர் பகவான் விருஷபதேவர். பிராமி எழுத்துக் களையும் இவரே கண்டுபிடித்தார் என்கிறார் வரலாற்றுத் துறைப் பேராசிரியர் என்.என்.பாசு என்பவர். 'இந்தி விசுவகோசா' என்னும் நூலில் இவ்வாறு அவர் தெரிவித்துள்ளார்.

விருஷபதேவர் முதலாம் தீர்த்தங்கரர் என்பது குறிப்பிடத் தக்கது.

வேதகாலத்து சிந்தனைகளுக்கு எதிராகக் கற்பிக்கப்பட்ட நாத்திகக் கொள்கைகளில் இன்றுவரை இந்தியாவில் எஞ்சி நிற்பது சமணம் மட்டுமே.

இது வேதத்தை முக்கிய நூலாக ஏற்க மறுக்கிறது.

கடவுள் ஒருவர் உண்டு என்பதை நம்ப மறுக்கிறது.

வாழ்க்கையைத் துன்பமாக நினைக்கிறது.

பிராமணக் கொள்கைக்கும், புத்த மத சித்தாந்தத்திற்கும் இடைப்பட்டது சமண மதம்' என்கிறார் பேராசிரியர் ஹாப்கின்ஸ். 'இந்திய மதங்கள்' என்னும் இவரது நூலில் இவ்வாறு அவர் பதிவு செய்துள்ளார்.

இந்த உலகம் ஆதியும் அந்தமும் அற்றது என்றும், அணுத் துகள்களால் ஆனது என்றும் சமணம் கூறுகிறது.

இந்த உலகம் எந்தக் கடவுளாலும் படைக்கப்படவில்லை என்றும் இது உறுதியாக நம்புகிறது.

நீர், நிலம், காற்று, பூமி, ஆகாயம் என்னும் பஞ்சபூதங்களின் சேர்க்கையை உடையது என்றும் சமண சமயம் சொல்கிறது.

உலகை இரு பெரும் பிரிவுகளாகப் பிரிக்கலாம் என்றும், ஒன்று உயிர் என்னும் ஆன்மா, மற்றது உடலும் ஏனைய ஜடப் பொருட்களும் என்றும் சமண தத்துவம் பேசுகிறது.

தாவரங்களுக்கும் உயிர் உண்டு என்னும் அறிவியல் உண்மையை முதன்முதலாக உலகிற்கு அறிவித்தவர்கள் சமணர்களே. ஆனால் இந்த உண்மையைப் பல்வேறு ஆய்வுகள் மூலம் அறிஞர்கள் இப்போது கண்டுபிடித்துள்ளனர்.

'உடல் வேறு; உயிர் வேறு' என்னும் தத்துவத்தை அடிப்படையாகக் கொண்டுள்ளது சமண சமயம்.

கண்களுக்குப் புலனாகாத உயிரணுக்கள் நிறைய உள்ளன என்றும், இவை உணர்ச்சி என்ற புலன் ஒன்றையே கொண்டுள்ளன என்றும் சமணம் கூறுகிறது.

உயிர்களில் உயர்ந்த இனத்துக்கு ஐவகைப் புலன்கள் உள்ளது என்று ஆய்ந்துள்ளது சமணம்.

மனித இனம் உயிர் வகைகளுக்கு எல்லாம் தலையாயது என்றும், இந்திரியத்தின் உருவம் எனப்படும் மனம் என்னும் ஆறாவது புலனைப் படைத்தது மனித இனம் என்றும் சமணம் சொல்கிறது.

ஆன்மா அழிவற்றது என்னும் சமணம், அது எந்த உடலை எடுக்கிறதோ அந்த உடலின் வடிவத்திற்கு ஏற்பப் பருமனும், உயரம் போன்ற அளவினைக் கொள்கிறது என்று விசித்திரமான தத்துவத்தைக் கொண்டுள்ளது.

ஒவ்வொரு மனிதனும் தனது சொந்த முயற்சியாலும், ஒழுக்கம் மற்றும் மனக்கட்டுப்பாட்டின் மூலம் உயர்வை அடைய வேண்டும் என்று சமண சித்தாந்தம் கூறுகிறது.

இல்லற இன்பங்களைப் பூரணமாக அனுபவிக்க வேண்டும் என்றும், துறவறத்திற்கான ஒழுக்கங்களை இல்லறத்திலேயே பயில வேண்டும் என்றும் இச்சமயம் தெரிவிக்கிறது.

இந்த அறநெறிகளை முதன்முதலாக உலகிற்கு உரைத்தவர் விருஷபதேவர் என்பது சமணத்தின் அசைக்க முடியாத நம்பிக்கை. இவர் தமது அறிவுரைகளை அறம் என்றே குறிப்பிட்டுள்ளார். மதம் என்றோ, சமயம் என்றோ அவர் குறிப்பிடவில்லை என்பது கவனிக்கத்தக்கது. அறநெறி என்பது அன்பின் அடிப்படையில் அமைந்ததாகவே இவர் விளக்கி உள்ளார்.

இல்லறத்தார் கடைப்பிடிக்க வேண்டியவை என்று நான்கு சாதனங்களைக் கட்டமைத்துள்ளது சமணம். அன்னதானம், அபயதானம், மருந்து தானம், கல்வி தானம் ஆகியவையே அந்த சாதனங்கள்.

இல்லறத்திற்கும் பன்னிரெண்டு அடிப்படைக் கொள்கைகளை சமணம் தெளிவுறுத்துகிறது.

1. உயிர்களைக் கொல்லுதல் தவறு.

2. பொய் பேசுதல் கூடாது.

3. பிறர் பொருளை அனுமதியின்றி பயன்படுத்தக்கூடாது.

4. தூய்மை மிக முக்கியம்.

5. ஓரளவிற்கு வரையறை செய்த உடைகளையே அணிய வேண்டும்.

6. குறிப்பிட்ட திசையில் குறிப்பிட்ட தொலைவு தினமும் பயணிப்பதை உறுதி செய்தல் வேண்டும்.

7. பயனற்ற பேச்சும், செயலும் கண்டிப்பாகத் தவிர்க்க வேண்டும்.

8. பாவச் செயல்களை நினைப்பதே தவறு.

9. தினசரி உணவையும், இன்பத்தையும் வரையறை செய்து கொள்வது அவசியம்.

10. தினமும் மூன்று வேளை குறித்த நேரத்தில் வழிபாடு செய்தல் முக்கியம்.

11. சில நாள் உண்ணா நோன்பிருத்தல் வேண்டும்.

12. அறிவு, பொருள் என்பனவற்றை நாள்தோறும் தயார் செய்தல் வேண்டும்.

இப்படி இல்லறத்திற்கு அடிப்படைக் கொள்கைகளை சமணம் வகுத்துள்ளது.

இல்லற வாழ்க்கையைப் போலவே துறவறத்திலும் நற்சாட்சி, நல்ஞானம், நல்லொழுக்கம் என்னும் மும்மணிகளை சமண அறவோர் வழங்கி உள்ளனர்.

உண்மைப் பொருளை ஆராய்ந்து அறிவதே நற்காட்சி எனப்படுகிறது.

நூல் பொருளில் அறிவைச் செலுத்துதல் நல்ஞானம் என்று சொல்லப்படுகிறது.

இந்தப் பொருள்களின் வழி ஒழுகுதலே நல்லொழுக்கம் எனப்படுகிறது.

தமிழ் மொழியை வளப்படுத்தியதிலும் சமணத்திற்கு முக்கியப் பங்கு உண்டு. 'தொல்காப்பியம், இறையனாரகப் பொருள், புறப் பொருள் வெண்பாமாலை, வீரசோழியம், இலக்கண விளக்கம், தொன்னூல் விளக்கம், பிரயோக விவேகம் தவிர்த்த ஏனைய இலக்கணப் பரப்பெல்லாம் சமணர் இட்ட பிச்சையே' என்கிறார் தமிழறிஞர் தெ.பொ.மீனாட்சி சுந்தரனார்.

சமணரின் ஸ்ரீபுராணம் உரைநடைக் காலப் பழைய காலத்து இலக்கியத்துக்கு எடுத்துக்காட்டு. தமிழ் அறநூல்களில் பலவும் சமணம் எழுதியவை என்பது மறுக்க இயலாத உண்மை.

உலகம் முழுவதும் சுமார் 60 லட்சம் பேர் தற்போது சமண மதத்தைப் பின்பற்றி வருகின்றனர்.

15

சீக்கிய மதம்

சீக்கிய மதம் மிகப் பழமையான மதங்கள் வரிசையில் இடம் பெறாது. கி.பி. 1500ஆம் ஆண்டுகளில்தான் இம்மதம் தோற்றுவிக்கப்பட்டது. குருநானக் இதனைத் தொடங்கினார். இவர்களின் வழிபாட்டுத் தலம் குருத்வாரா என்று அழைக்கப்படுகிறது. பஞ்சாப் மாநிலம் அமிர்தசரசில் உள்ள பொற்கோயில் இதன் புனிதத் தலமாக விளங்குகிறது.

இந்தியாவில் சீக்கிய இனத்தவர்களைச் சேர்ந்த சுமார் 90 லட்சம் பேர் இம் மதத்தைப் பின்பற்றுகின்றனர். உலக மக்கள் தொகையில் இது 0.39 சதவீதம்.

இதன் புனித நூலாக 'கிரந்த சாகிப்' இருந்து வருகிறது.

இம்மதம் தோன்றிய காலத்தில் இந்தியாவில் இந்து மதம், இஸ்லாம், புத்த மதம், சமணம் ஆகிய நான்கு சமயங்கள் மட்டுமே இருந்தன. இந்த மதத்தவர்கள் தங்களுக்குள் ஒற்றுமையின்றி சதா சண்டையிட்டுக் கொண்டே வாழ்ந்து வந்தனர். சாதிப் பூசல்கள் வேறு.

இதனிடையே இஸ்லாமியப் பேரரசுகள் அமைந்து இந்து மன்னர்கள் சிற்றரசர்களானபோது சண்டை சச்சரவுகள் இன்னும் அதிகமாகின. பசி, பட்டினி என்று கஷ்டநிலை. மான, மரியாதை காற்றில் பறக்கத் தொடங்கியது.

இதுபோன்ற ஒரு காலக்கட்டத்தில் குருநானக் தேவ் என்பவர் பஞ்சாப் மாநிலம் ராய் போய் டி டல்வாண்டி என்னும் கிராமத்தில் ஓர் இந்துக் குடும்பத்தில் கி.பி. 1469ஆம் ஆண்டு பிறந்தார். பாகிஸ்தான் லாகூர் அருகே உள்ள இச்சிற்றூர் தற்போது நன்கானா சாகிப் என்று அழைக்கப்படுகிறது.

பத்து சீக்கிய குருக்களில் முதன்மையானவரான இவர்தான், சீக்கிய மதத்தைத் தோற்றுவித்தவர் என்பதும் குறிப்பிடத்தக்கது.

நாட்டில் கோழைத்தனம், மரியாதையற்ற நிலை, கொடுமைகள், நம்பிக்கை இன்மை, ஒழுக்கமற்ற நிலை, அறியாமை, அச்சம் போன்றவை மதம் என்னும் போர்வைக்குள் பதுங்கிக் கொண்டு மக்களுக்கு இன்னல்கள் தந்து வந்தது.

இத்தகைய பண்பற்ற செயல்களைக் கண்டு நெஞ்சு பொறுக்க மாட்டாதவர்கள், காடுகளுக்குச் சென்று தவ வாழ்வை வாழத் தொடங்கினர்.

மக்கள் அனைவரும் இப்படிப் போலியாக வாழ்வது உண்மையில் மதம் ஆகாது என்று குருநானக் கருதினார் போலித்தன்மையை அகற்றி மக்கள் புது வாழ்வை வாழ வழிகள் வகுத்தார்.

அவர் வகுத்த வழிகளே சீக்கிய மதம் என்று பெயர் பெற்று விளங்கலாயிற்று.

சீக்கியர்களின் நடத்தை வழிகாட்டுதல்கள் மற்றும் நம்பிக்கைகள் அடங்கிய நூல் 'ரேஹத் மர்யாதா'. இதில் கூறப்பட்டுள்ள முதல் சட்டப்படி, 'ஒரே முடிவற்ற இறைவனையும், குருநானக் தேவ் முதல் ஸ்ரீ குரு கோவிந்த் சிங் வரையிலான அவர்களது பத்து குருக்களின் சொற்களையும் போதனைகளையும், எந்த மதத்துடனும் இணைய விரும்பாத பத்தாவது குரு விட்டுச்சென்ற ஞானத்தையும் முழுமனதாக நம்பும் ஒரு மனிதனே உண்மையான சீக்கியர் ஆவார்.

சீக்கியர்களிடையே காணப்படும் பொதுவான அடையாளம், கத்தரிக்கப்படாத முடி, தலைப்பாகை ஆகியன. ஆண்கள் முகத்தையும் மழிக்காமல் தாடியுடன் இருப்பார்கள்.

பொற்கோயில்

குருநானக்

சீக்கியர்களுக்கு மூன்று முக்கிய கடமைகளைப் போதித்துள் ளார் குருநானக்.

குருவைத் தியானம் செய்ய வேண்டும். கண்ணியமாகவும், நேர்மையாகவும் பணியாற்ற வேண்டும். தான் பெற்ற பலன்களை மற்றவர்களுடன் பகிர்ந்து கொள்ள வேண்டும்.

இதுவே அவர் வழிகாட்டிய கடமைகள் ஆகும்.

புனித நூலாக விளங்கும் குரு கிரந்த சாகிப் சீக்கியர்களின் முக்கிய வழிகாட்டியாகவும் திகழ்கிறது.

சீக்கிய குருக்களில் பத்தாவதும், கடைசியுமான குரு, தனக்கு அடுத்த குருவாகத் தேர்வு செய்தது 'குரு கிரந்த சாகிப்' நூலையே. சீக்கிய குருக்களால் தொகுக்கப்பட்ட இந்த நூல் அதன் அசல் வடிவிலேயே இன்றும் பாதுகாக்கப்பட்டு வருகிறது.

சீக்கியர்களின் ஆராதனைக் கூட்டங்களில் சீக்கியர் அல்லாதோரும் கலந்து கொள்ளலாம் என்பது குறிப்பிடத்தக்கது.

'சீக்கியர்களின் தினசரி பிரார்த்தனைகளில் மனித இனத்தின் நல்வாழ்வும் அடங்கி இருப்பது வியப்பளிக்கும் உண்மை.

1675ஆம் ஆண்டு டில்லியில் மிகப் பெரிய அளவில் மத வன்முறைகள் நடந்தன. அப்போது இந்துக்களைக் காப்பாற்று வதற்காக ஒன்பதாவது குரு குரு தேக் பகதூர் என்பவர் வீரமரணம் அடைந்தார்.

சமய வேறுபாடின்றி மக்கள் நலனையே முக்கிய குறிக் கோளாகக் கொண்டுள்ளது சீக்கிய சமயம் என்பதற்கு இதுவொரு சிறந்த உதாரணம்.

உலக வாழ்வைத் துறந்து துறவற வாழ்வை வாழுமாறு சீக்கியம் கூறவில்லை. மாறாக ஒரு நல்ல வாழ்க்கையை வாழுமாறு சீக்கியர்கள் வலியுறுத்தப்படுகிறார்கள்.

குருத்துவாராக்களில் முக்கிய நிகழ்வாக அனுசரிக்கப்படுவது சேவா என்னும் சேவை ஆகும். அதாவது எந்த மதத்தைச் சார்ந்த வராக இருந்தாலும், பொருளாதார ஏற்றத்தாழ்வு இருந்தாலும் அனைவரையும் ஒரே மாதிரியாகக் கருதி, 'வங்கார்' என்னும் 'அனை வருக்கும் உணவு' வழங்கப்படுவது ஒரு சிறப்பான அம்சமாகும்.

தீட்சைப் பெற்ற சீக்கியர்கள் முக்கியமாக முடியை வெட்டிக் கொள்ள அனுமதிக்கப்படுவதில்லை. பொதுவாக கேசம் கட்டப் பட்டு, சுருட்டி சீக்கிய தலைப்பாகைக்குள் வைக்கப்பட்டிருக்கும்.

மரத்தாலான சீப்பு பயன்படுத்த வேண்டும்.

இடுப்பில் இருந்து முட்டிவரை அணிந்திருக்கும் ஆடை, வெள்ளை நிறத்திலிருப்பது. அவசியம்.

போரின்போது பயன்படக்கூடியதான வெண்கலக் கைவாள் வைத்திருப்பது முக்கியம்.

ஒன்று முதல் மூன்று அடி நீளமுள்ள வளைவான கத்தி அல்லது சிறிய கூர்மையான கத்தியை வைத்திருக்க வேண்டும்.

இப்படியொரு கலாச்சாரம் சீக்கிய மதத்தில் காணப்படுகிறது.

பத்தாவது சீக்கிய குரு 1699ஆம் ஆண்டு இக்கட்டளைகளைப் பிறப்பித்தார். சீக்கியர்களின் நோக்கம், அடையாளம் போன்றவற்றை வெளிப்படுத்த இச்சின்னங்கள் அனுசரிக்கப்படுகின்றன.

தங்களுக்கென்று சொந்தமான இசைக்கருவிகளை சீக்கியர்கள் உருவாக்கியுள்ளனர். ரபாப், தில்ரூபா, டாவஸ், ஜோரி மற்றும் சாரிண்டா என்பன அக்கருவிகள் ஆகும்.

சீக்கியர்கள் தங்களுக்கென்று புதிய கட்டடக் கலையை உருவாக்கி உள்ளனர். இக்கட்டடக் கலையின் முக்கிய சின்னமாக விளங்குவது குருத்வாராக்கள்.

சீக்கியம் ஒரு மதமாக மட்டுமல்லாமல் சமூக சீர்திருத்த இயக்கமாகவும் விளங்குகிறது. இது மதம் கிடையாது, ஒரு சீர்திருத்த இயக்கம் மட்டுமே என்று மேலை நாட்டு ஆய்வாளர்கள் சிலரும், இந்து சமயத்தைச் சேர்ந்த வரலாற்று ஆய்வாளர்கள் சிலரும் குறிப்பிடுகின்றனர்.

ஆனால் சீக்கியர்கள் இதை ஒப்புக்கொள்வது கிடையாது. அதனை மதம் என்றே அவர்கள் திடமாக நம்புகிறார்கள்.

தங்கள் மதத்தை நிறுவிய குருநானக் இறையருள் நிரம்பியவர் என்றும், இறைவன் கொடுத்த அமிர்தத்தைப் பருகியவர் என்றும், எனவே சீக்கியம் ஒரு மதமே என்றும் விளக்கமளிக்கிறார்கள்.

பக்தியின் மூலம் இறைவனை அறிவதும், அறிந்த பின் இறைவனை அடைவதற்குரிய கடமைகளை இதயப் பூர்வமாக செய்வதும் சீக்கிய சமயத்தின் அடிப்படைக் கோட்பாடுகள்.

கடவுள் ஒருவர் என்பதை ஏற்றுக்கொள்ளும் சீக்கிய சமயம், அவர் அவதாரம் எடுப்பார் என்பதை நம்பவில்லை.

குருநானக் சுல்தான்பூர் என்னும் இடத்தில் வசித்தப்போது

அதனருகில் உள்ள பீன் என்னும் ஆற்றில் நாள்தோறும் குளிக்கச் செல்வது வழக்கம் ஒரு நாள் வழக்கம் போல் குருநானக் பீன் ஆற்றில் குளிக்க சென்றபோது திடீரென்று மறைந்து போனார். மூன்று தினங்கள் வரை அவரைக் காணவில்லை.

அப்போது அவர் கடவுளிடம் போய்ச் சேர்ந்தார் என்றும், ஒரு அமிர்தத்தைக் கொடுத்து கடவுள் பருகச் சொன்னார் என்றும் கூறப்படுகிறது. இருபத்தேழே வயதான குருநானக்கிற்று இறையருள் கிடைத்தது. தனது திருநாமத்தைக் கூறி சீடர்களுக்குக் கற்பிக்கும் படி கடவுள் இட்ட ஆணையை ஏற்று மூலமந்திரத்தை அவர் இயற்றினார் என்பது சீக்கியர்களின் நம்பிக்கை.

இந்த மூலமந்திரம் 'ஜபுஜி' என்று அழைக்கப்படுகிறது. சீக்கியர்களின் புனித நூலான குரு கிரந்த சாகிப், ஜபுஜியுடன்தான் ஆரம்பமாகிறது. இந்த மூலமந்திரத்தை சீக்கியர்கள் ஒவ்வொருவரும் தினமும் காலையில் பாராயணம் செய்ய வேண்டிய கடமை.

'நான்' என்னும் ஆணவத்தை விட்டு பக்திப் பாடல், தொழுகை, சேவை மூலம் ஆத்மா புனிதம் பெறும் என்னும் நம்பிக்கையை சீக்கிய சமயம் கொண்டுள்ளது. அமிர்தசரஸ் பொற்கோவிலுக்கு ஒரு தடவையாவது யாத்திரை செல்ல வேண்டும் என்றும் அது கற்பிக்கிறது.

பொற்கோயில்

சண்டிகரில் இருந்து 235 கி.மீ. தொலைவில் அமைந்துள்ளது அமிர்தசரஸ். இங்குள்ள குளம் ஒன்றின் மையத்தில் அமைந்துள் ளது சீக்கியர்களின் வழிபாட்டு மையமான 'பொற்கோயில்'.

குரு அமர்தேவின் சிந்தையில் உருவான இக்கோயிலின் பிரதான மண்டபம் கட்டிமுடிக்கப்படும் முன்னரே குளக்கரைச் சுற்றுச் சுவர் கட்டிமுடிக்கப்பட்டுவிட்டது. மன்னர் ரஞ்சித் சிங் காலத்தில் இது புனரமைப்பு செய்யப்பட்டு பிரம்மாண்ட கோயில் உருவானது.

இந்து மற்றும் இஸ்லாமிய கட்டிடக் கலை மிளிரும் இக் கோயிலின் நான்கு புறங்களிலும் 'தியோரி' என்று அழைக்கப்படும் நான்கு வாயில்கள் அமைக்கப்பட்டுள்ளன.

பிரகாரத்தில் இருந்து 'ஹர் கி பாரே' என்னும் கடவுளைத் தரிசிக்கச் செல்வதற்கு படிக்கட்டுகள் அமைக்கப்பட்டுள்ளன. கோயிலின் பிரதான அம்சமாக விளங்குவது இதன் தங்க கோபுரம்.

16

புத்த மதம்

கி.மு. 566ஆம் ஆண்டு, அதாவது இப்போதில் இருந்து சுமார் 2 ஆயிரத்து 500 ஆண்டுகளுக்கு முன்னர் அவதரித்தவர் புத்த பிரான். இவரின் போதனைகள் அன்றைய காலக்கட்டத்திற்கு மாத்திரமல்ல, இன்றைக்கும் பொருந்துவதாக இருப்பதுதான் புத்தரின் தீர்க்கதரிசனத்திற்குச் சான்றாகும்.

ஒரு இந்துவாக அரச பரம்பரையில் பிறந்த இவர், உயர்குடி மக்களின் அத்தனை சொகுசு வாழ்க்கையையும் வாழும் வாய்ப்பு பெற்றிருந்தார்.

அன்றைய காலக் கட்டத்தில் இந்து மதத்தில் பிராமண ஆதிக்கம் ரொம்பவும் மேலோங்கி இருந்தது. புத்தரோ சத்திரிய குடும்பத்தைச் சேர்ந்தவர்.

இறைவனின் அநுக்கிரகத்தை அடைவதற்கு பிராமணர்களால் காண்பிக்கப்பட்ட மார்க்கம் அதிக செலவு ஏற்படுத்துவதாக இருந்தது. சடங்குகள், வேள்விகள் என்று மக்களுக்கு கடின வழியைக் காண்பித்து வந்தது.

சுமை மிகுந்தும், தெளிவான சிந்தனையைக் கொடுக்காமலும்

இருந்ததோடு தெளிவான திசையைக் காண்பிக்கவும் தவறியது. இந்து மதத்தில் ஒழுங்கீனங்களும் மிகுந்து காணப்பட்டன.

இந்நிலையில் அதிகச் செலவின்றி, அதே நேரத்தில் மக்களுக்கு ஒழுக்க நெறியைக் காண்பிக்க வேண்டிய கட்டாயமும், நெருக்கடியும் இருந்தது.

இதை உணர்ந்த கௌதம புத்தர் ஒழுக்கத்தைப் போதிக்கும் புதிய முயற்சியில் ஈடுபட்டார். எனவே இவரால் தோற்றுவிக்கப் பட்ட புத்த மதத்தை, ஒழுக்கத்தைப் போதிக்கும் ஒரு வாழ்க்கை நெறி என்று கூறலாம். இந்தப் போதனைகளை புத்தர் போதித்தார். அதேநேரத்தில் இதனை அவர் தனது அனுபவத்தின் மூலம் உணர்ந்த பிறகே மக்களுக்குப் போதித்தார் என்பதை நாம் புரிந்து கொள்ள வேண்டும். 'ஊருக்குத்தான் உபதேசம்' என்னும் நடைமுறை சித்தாந்தம் அவரிடம் இல்லாத ஒரே காரணத்தால் தான் புத்த மதம் இன்றும் செழித்து நிற்கிறது.

தனியொரு மனிதனின் வெற்றியும் தோல்வியும் அவனது கையில் மட்டுமே உள்ளது என்றும், அவனது தலைவிதியை மற்றொருவர் நிர்ணயிக்க முடியாது என்றும் விளக்கினார். ஒரு மனிதனிடம் ஏற்படும் நல்ல மாற்றம், படிப்படியாக சமுதாயம் முழுவதையும் சென்றடைந்து சீராகும் என்பது புத்த மதம் போதிக்கும் உன்னத தத்துவம்.

அவருடைய ஆய்வு அனைத்துமே தனிமனித வாழ்க்கையைப் பற்றியதாக மட்டுமே இருந்தது. இதற்கு மூன்று வகையான இலக்கணங்களை வகுத்துத் தந்தார் புத்த பிரான்.

உலகம் துன்பம் நிறைந்தது, நிலையற்றது, உயிரற்றது என்பதே அந்த இலக்கணங்கள்.

இதனை இன்னும் விரிவாக விளக்கிச் சொல்வதற்காக நான்கு வகையான உண்மைகளையும், எட்டுவிதமான வழிவகைகளையும் அளித்தார்.

உலகம் துன்பமயமானது அடுத்து துன்பத்திற்கான காரணத்தைக் கண்டறிவது. பின்னர் அத்துன்பத்தை அறுத்து எறிவதற்காகப் பாடுபடுவது. கடைசியில் துன்பத்தை அறுத்து எறிவதற்கு சிறப்பான வழிமுறையைக் கண்டறிவது.

இவைதான் அவர் போதித்த நான்கு வகையான பேருண்மை கள். துன்பத்தை அறுத்தெறிவதற்கு சிற்றின்பத்தை நாடுவதோ அல்லது தன்னைத்தானே வருத்திக் கொள்வதோ சாத்தியமாகாது

என்று தெளிவுபடுத்திய புத்தர், எண்வகை மார்க்கங்களின் மூலமே சாத்தியமாகும் என்றும் கூறினார்.

நல்ல நோக்கம், நல்ல ஆசை, உண்மை பேசுதல், நன்னடத்தை, நல்வாழ்க்கை, நல்முயற்சி, நல்ல கவனம், நற்சிந்தனை ஆகியவையே அந்த எண்வகை மார்க்கம்.

இவற்றைக் கடைப்பிடிப்பதன் மூலம் ஒருவன் நிர்வாணம் என்னும் வீடுபேற்றை அடைய முடியும் என்று உறுதியாகப் போதித்தார்.

இந்து மதத்தின் கர்மம், மறுபிறப்பு, ஊழ்வினை, பாவ புண்ணியம் போன்ற கருத்துக்களைப் புத்த மதமும் ஆமோதிக்கிறது. புத்தர் பிறந்து, ஞானம் பெற்று வீடு பேறு அடைந்தது விசாக தினத்தில். இந்துக்களுக்கு விசாக நட்சத்திரம் முக்கிய நாளாக விளங்கி வருவது குறிப்பிடத்தக்கது. முருகப் பெருமான் அவதரித்தது வைகாசி விசாக நட்சத்திரத்தில். மேலும் விஷ்ணுவின் பத்து அவதாரங்களில் ஒன்றாகப் புத்தரை இந்துக்கள் போற்றி வருகின்றனர்.

இல்லறத்தில் ஈடுபடும் சாதாரண மனிதர்கள், சற்று உயர் நிலையில் முதிர்ச்சி பெற்றவர்கள், துறவிகள் ஆகியோருக்கு என்று இப்போதனைகள் சுட்டிக்காட்டப்பட்டன.

இல்லறத்தில் ஈடுபடும் சாதாரண மனிதர்கள் ஐந்து ஒழுக்கங்களைக் கடைப்பிடித்தாலே போதும். எந்த உயிருக்கும் தீங்கு செய்யாமல் இருப்பது, களவு செய்யாமை, கற்பு வழி நின்று சிற்றின்பத்தைத் துய்ப்பது, உண்மை பேசுதல், மதுவைத் தவிர்த்தல் ஆகியவை ஐந்து ஒழுக்கங்களாகக் கூறப்பட்டன.

இல்லறத்தில் ஈடுபடும் முதிர்ச்சி அடைந்தவர்களுக்கு எட்டு வகையான ஒழுக்க நெறிகள் கூறப்பட்டன. இது ‘அஷ்டசீலம்’ என்று அழைக்கப்பட்டது. சாதாரண இல்லறவாசிகளுக்கு உரைத்த ஐந்து ஒழுக்க நெறிகளுடன் இரவில் தூய்மையான உணவை மிதமாக உண்பது, வாசனைப் பொருட்களைத் தவிர்த்தல், சுகபோக நித்திரை இல்லாமல் தரையில் பாய் விரித்து உறங்குதல் என்னும் மூன்று நெறிகள் வரையறுக்கப்பட்டன.

துறவிகளுக்கு பத்து ஒழுக்க நெறிகள் அறிவுறுத்தப்பட்டன. இதனை ‘தசசீலம்’ என்பர். மேலே கூறிய எட்டு ஒழுக்க நெறிகளுடன் இசை, நாடகம் போன்ற ஐம்புலன்களை மகிழ்விக்கும் நிகழ்ச்சிகளைத் தவிர்த்தல், செல்வம் சேர்க்கும் எண்ணத்தைத் துறத்தல் ஆகிய இரு ஒழுக்க நெறிகளும் கூறப்பட்டன.

புத்த கயா

புத்த பிரான்

இத்தகைய பத்து நெறிகளைக் கடைப்பிடிக்கும்போது ஆசையை அகற்றி, உலக வாழ்வை வெறுக்கும் வாய்ப்பு கிட்டுகிறது. இதுவே அவரை சமாதி நிலைக்குக் கொண்டு செல்கிறது.

நிரந்தரமாக ஆசைகள் அகலும்போது பேரின்ப நிலை ஏற்படுகிறது. நிச்சயமாக இது ஞான நிலையில் மட்டுமே கிடைக்கும்.

புத்தரின் போதனைகளை மக்களிடம் கொண்டு செல்லும் தலையாய பணி புத்த மதக் குருமார்களிடம் அளிக்கப்பட்டது. இவர்களை புத்த பிக்குகள் என்பர்.

ஒரு வருடத்தின் எட்டு மாதங்கள் ஓரிடத்தில் தங்காமல் பல இடங்களுக்கும் சென்று இப்போதனைகளை மக்களிடம் எடுத்துச் சொல்ல வேண்டும். மழைக்காலமான மீதமுள்ள நான்கு மாதங்கள் மட்டும் ஒரே இடத்தில் நிரந்தரமாகத் தங்கி தர்மம் பற்றி ஆய்வு செய்ய வேண்டும். அதில் காணப்படும் தவறுகள் மற்றும் பிழைகளை அகற்ற வேண்டும்.

இதுதான் புத்த பிக்குகளுக்கு புத்த பிரான் விடுத்த அன்புக் கட்டளை.

பிக்குகள் எளிமையான வாழ்வையே வாழ வேண்டும். ஆண் பிக்குகள் மட்டுமல்லாமல் பெண் பிக்குகளும் சங்கத்தில் உண்டு. ஆனால் இவர்களுக்கென்று தனி வசிப்பிடங்கள் அமைக்கப் பட்டுள்ளன.

ஒரு மனிதன் பிறப்பால் அல்லாமல் ஒழுக்கத்தால் மட்டுமே உயர்ந்தவனாகிறான் என்கிறது புத்த மதம்.

சாதிப் பாகுபாட்டைக் கண்டித்த புத்த பிரான், வேள்வி, உயிர்ப்பலி ஆகியவற்றுக்கு எதிராகவும் இருந்தார். எனவேதான் அவர் அகிம்சையின் சிகரமாக இப்போதும் விளங்குகிறார்.

சித்தார்த்தர் என்னும் இயற்பெயரைக் கொண்ட புத்தர், இருபத்தொன்பதாவது வயதில் துறவுநிலையைப் பூண்டார். தொடர்ந்து ஆறு ஆண்டுகள் மேற்கொண்ட கடுந்தவம் காரணமாக, போதி மரத்தடியில் ஞானம் பெற்றார்.

இவரது மற்றொரு பெயர் ததாதர். உண்மையை அறிந்தவர் என்பது இதன் பொருள்.

சாக்தர் என்றும் இவர் அழைக்கப்படுகிறார். சாக்தர் என்றால் சகலகலாவல்லவர் என்று பொருள்.

காசிக்கு அருகே உள்ள சர்ணாத்தில் மான் பூங்காவினுள் தனது ஐந்து சீடர்களுக்கும் முதல் போதனையான தர்ம சாஸ்திர பரிவர்தன சூத்தம் என்பதை அருளினார்.

நாற்பத்தைந்து ஆண்டுகள் மக்களிடம் போதனைகளைப் பரப்பினார் புத்தர்.

கௌதம புத்தர் தமது எண்பதாவது வயதில் வீடுபேறு என்னும் பரிநிர்வாணத்தை அடைந்தார்.

இதன்பின்னர் ராஜகிருகம் என்னும் இடத்தில் மகா கபிசப்ப என்ற குரு தலைமையில் ஐநூறு புத்த குருமார்கள் கூடி விவாதித்தனர். இதுவே புத்த மதத்தின் முதல் சங்கம் ஆகும்.

இக்கூட்டத்தில் புத்த போதனைகள் இருபிரிவாகப் பிரிக்கப் பட்டன. ஒன்று தர்ம போதனைகள் என்றும் மற்றது விநய போதனைகள் என்றும் அழைக்கப்பட்டன. விநய போதனைகள் என்றால் வாழ்வில் அனுசரிக்க வேண்டிய நெறி வகைகள் என்று பொருள்படும்.

இதன் குருமார்கள் தேரவாதிகள் என்று அழைக்கப்பட்டனர். முதிய பிக்குகளால் அளிக்கப்பட்டவை என்பது இதன் அர்த்தம்.

பிற்காலத்தில் மகாயானம் என்னும் பிரிவு புத்த மதத்தில் தோன்றியது.

இரண்டாவது புத்த சங்கம் சில நூற்றாண்டுகளுக்குப் பிறகு வைசாலி என்னும் நகரில் நடைபெற்றது.

மூன்றாவது சங்கம் அசோகச் சக்கரவர்த்தி காலத்தில் பாடலிபுத்திரத்தில் நடைபெற்றது. இதன்பிறகே புத்த மதம் இந்தியாவின் இன்னபிற பகுதிகளுக்கு மட்டுமல்லாமல் உலகின் ஏனைய பகுதிகளுக்கும் கொண்டு செல்லப்பட்டது. புத்த மதம் விரிவாகப் பரவியதற்கு முக்கிய காரணகர்த்தா அசோகச் சக்கரவர்த்தி என்பது குறிப்பிடத்தக்கது.

புத்த மதத்தைப் பரப்புவதற்காகப் பிற நாடுகளுக்கு அசோகர் அனுப்பியவர்களில் அவரது மகன் மகிந்தர் என்பவரும் குறிப்பிடத் தக்கவர். இவர் இலங்கைக்கு அனுப்பப்பட்டார். தீபவம்சம், மகாவம்சம் ஆகிய நூல்கள் இதனைத் தெரிவிக்கின்றன.

மகிந்தருடன் ஐந்து பிக்குகள் இலங்கைக்குச் சென்றனர். இலங்கையில் புத்த மதத்தைப் பரப்பியபோது இலங்கை மன்னரின் மாமனார் அரிட்டர் என்பவர் புத்த சமயத்தைத் தழுவினார்.

பின்னர் அவர் மகிந்தருக்கு மதத்தைப் பரப்பப் பெருமளவில் உதவி புரிந்தார்.

இதன்பிறகு இவர்கள் இருவரும் இணைந்து தமிழகத்திற்கு வந்து மதத்தைப் பரப்பியதாகவும் கூறப்படுகிறது. மதுரைக்கு அருகே சில குகைகளில் புத்த பிக்குகள் உறங்குவதற்காகப் பாறையில் படுக்கைகள் செதுக்கப்பட்டுள்ளன. அவற்றில் காணப்படும் எழுத்துக்கள் அசோகர் காலத்துக் கல்வெட்டுக்களில் காணப்படும் பிராமி எழுத்துக்களைப் போலவே உள்ளது.

மேலும் பாண்டிய நாட்டுக் குகைகளில் ஒன்று அரிட்டாப் பட்டி என்னும் கிராமத்திற்கு அருகே உள்ளது. மகிந்தருடன் வந்த அரிட்டரின் நினைவாக இக்கிராமத்திற்கு இப்பெயர் சூட்டப் பட்டதாகக் கூறப்படுகிறது.

தமிழகத்தில் உள்ள மிகப் பழைய கல்வெட்டுக்கள் பிராமி எழுத்துக்களால் ஆனவை. அவற்றில் புத்த கோட்பாடுகள் பற்றி செதுக்கப்பட்டுள்ளன. காஞ்சிபுரம், காவேரிப்பூம்பட்டினம், நாகப் பட்டினம் ஆகிய ஊர்களில் புத்த வழிபாடுகள் இருந்தன என்றும், ஈழத்து புத்த பிக்குகள் இந்த ஊர்களோடு தொடர்பு கொண்டிருந்தனர் என்றும் மகாவம்சம் தெரிவிக்கிறது.

தமிழகத்திற்கு வந்த புத்த பிக்குகள் மக்களோடு நெருங்கிப் பழகி அவர்களுடன் தங்களின் உறவை நெருக்கமாக்கிக் கொண்டனர். தமிழ் மொழியைக் கற்றனர். மன்னர்கள், வணிகர்கள், செல்வந்தர்கள் போன்றோரிடம் பொருளுதவி பெற்று, புத்த விகாரங்களையும் புத்தப் பள்ளிகளையும் நிறுவினர்.

புத்த மடத் துறவிகள் மருத்துவம் பயின்று மக்களுக்கு இலவசமாக மருத்துவ உதவிகள் செய்தனர். பார்வையற்றோர், காது கேளாதோர், உடல் ஊனமுற்றோர், ஏழை எளியவர்கள் என்று அனைவருக்கும் உணவு கொடுத்து உதவும் அறச்சாலைகளை அமைத்தனர்.

இத்தகைய சேவைகள் மூலமாக மக்களின் மனத்தில் இடம் பிடித்தனர் புத்த பிக்குகள். இதனைப் பயன்படுத்தி புத்த நெறிகளைப் பரப்பி மக்களை ஈர்த்தனர்.

இந்தியாவில் தோன்றிய புத்த மதம் இன்று தேடிப்பார்க்க வேண்டிய நிலையில்தான் உள்ளது. பெருமளவில் அழிந்து போயிற்று என்றே சொல்லலாம்.

ஆனாலும் உலகின் மிகப் பெரிய மதங்களில் நான்காவது

இடத்தைப் பிடித்துள்ள அளவிற்கு சர்வதேசங்களிலும் பரவி உள்ளது.

தமிழகத்தைப் பொறுத்தமட்டில் நாயன்மார்களும், ஆழ்வார்களும் ஏற்படுத்திய பக்தி இயக்கம் காரணமாக புத்த மதம் வளர்ச்சி அடைய முடியாமல் வீழ்ந்து போனது.

தமிழ் மொழியின் முக்கிய காப்பியங்களாக விளங்கும் சிலப்பதிகாரம், மணிமேகலை, குண்டலகேசி, நீலகேசி ஆகியவற்றில் புத்த கோட்பாடுகள் பெருமளவில் பேசப்பட்டுள்ளன.

வைதிக மதம், சமண மதம், ஆசீவகம் ஆகியன புத்த சமயத்தோடு போட்டியிட்டதோடு முரண்பட்டும் நின்றன. ஒன்றையொன்று வீழ்த்த முயன்றன. சண்டை சச்சரவுகள் பெருகின.

கி.பி. 4 அல்லது 5ஆம் நூற்றாண்டுகளுக்குப் பிறகு தங்களின் முக்கியக் கொள்கையான யாகம் மற்றும் உயிர்க்கொலையை மாற்றி புத்த மதத்தின் அடிப்படைக் கொள்கையான கொல்லாமையை வைதிக மதம் ஏற்றுக் கொண்டதோடு, காலத்திற்கேற்ப நிறைய மாறுதல்களையும் அனுமதித்தது.

பக்தியின் மூலமும், இறைவன் நாமத்தைப் பலமுறை உச்சரிப்பதன் மூலமும் கடவுளை அடைய முடியும் என்ற வைதிக மதத்தின் புதிய கொள்கை மக்களைப் பெரிதும் கவர்ந்தது. வைதிக மதம் வளர்ந்தது. புத்த மதம் தனது செல்வாக்கை வேகமாக இழந்தது.

தற்போது உலகம் முழுவதும் சுமார் 35 கோடிப் பேர் புத்த மதத்தைப் பின்பற்றி வருகின்றனர். உலகின் மிகப் பெரிய மதங்கள் வரிசையில் நான்காவது இடத்தை இம்மதம் வகிக்கிறது.

சீனா, திபெத், கொரியா, மங்கோலியா, நேபாளம், பூடான், ஜப்பான், தாய்லாந்து, இலங்கை, கம்போடியா, தைவான், வியட்நாம், இந்தோனேஷியா போன்ற நாடுகளில் புத்த மதம் தழைத்தோங்கி உள்ளது.

கி.மு. 525ஆம் ஆண்டு தொடங்கப்பட்ட புத்த சமணத்தின் புனிதத் தலங்களாக லும்பினி, புத்தகயா, டுசிநகர் போன்றவை விளங்குகின்றன.

இதன் வழிபாட்டுத் தலம் விஹார் என்று அழைக்கப்படுகிறது. புத்தரின் போதனைகளான 'திரிப்பிதிகா' இதன் புனித நூலாக விளங்கி வருகிறது.

17

பார்சி மதம்

பார்சி மதத்தைப் பற்றிப் பார்ப்பதற்கு முன்பாக சொராஸ்டிரியம் என்னும் மதத்தைப் பற்றித் தெரிந்து கொள்ள வேண்டும். ஏனென்றால் இம்மதம்தான் பின்னர் பார்சி மதமாக மாறியது.

சொராஸ்டர் என்பர் ஈரான் தேசத்தின் மிகப் பெரிய தீர்க்கதரிசி. வடக்கு ஈரானில் கி.மு. 628ஆம் ஆண்டு இவர் பிறந்ததாகத் தெரிகிறது. இவரது இளமைக்கால வாழ்க்கையைப் பற்றிய தகவல்கள் எதுவும் கிடைக்கப் பெறவில்லை. இவர் 77 வயது வரை வாழ்ந்தார்.

எனினும் முதுமையில் இவரால் உருவாக்கப் பட்டதுதான் சொராஸ்டிரியம் என்னும் மதம்.

அத்வைதமும், த்வைதமும் இணைந்த ஒரு கலவையாகவே இம்மதம் விளங்கியது. 'ஒருவனே தேவன்' என்பதுதான் சொராஸ்டரின் ஒரே நம்பிக்கை. அதுவே இம்மதத்தின் நம்பிக்கையாகவும் தொனித்தது.

கடவுளை 'அஹுரா மாஜ்டா' என்று அழைத்தார்.

தற்போது ஈரானிய மொழியில் 'ஓர்மஜ்டு' என்று அழைக்கின்றனர். The wise Lord என்று ஆங்கிலத்தில் பொருள். தமிழில் 'மெய்யறிவுப் பெருமான்.'

நேர்மை, வாய்மை ஆகியவற்றை ஊக்குவிக்கிறான் இந்த இறைவன் என்பது அம்மதத்தினரின் நம்பிக்கை.

உலகில் நல்லசக்தி என்றும், தீயசக்தி என்றும் இரு வேறு சக்திகள் இருப்பதாக சொராஸ்டர்கள் நம்புகின்றனர். இவ்விரு சக்திகளுமே இணையான பலம் பொருந்தியவை என்றும், எனினும் தங்களின் நீண்டகால அனுபவத்தில் நல்லசக்தியே இறுதி வெற்றியைப் பெறும் என்றும் அவர்கள் நம்புகின்றனர்.

தீயசக்தியை 'அங்ரா மைன்யூ' என்று அழைக்கின்றனர்.

நன்மையை ஆதரிப்பதோ, தீமையை ஆதரிப்பதோ அவரவர் விருப்பம் என்று பரிபூர்ண ஜனநாயகத்தைப் பறைசாற்றுகிறது இச்சமயம்.

மறுவாழ்வு உண்டு என்பதை சொராஸ்டிரியமும் நிச்சயமாக நம்புகிறது.

துறவறம், மணத்துறவு ஆகிய இரண்டையும் இம்மதம் கண்டிக்கிறது. அதற்கு ஆதரவு இங்கே இல்லை.

இம்மதப் போதனையைப் பரப்பியபோது சொராஸ்டருக்கு எதிர்ப்பு அதிகமாக இருந்தது. எனினும் தமது நாற்பதாவது வயதில் போதனையைப் பரப்புவதில் குறிப்பிடத்தக்க வெற்றி அவருக்குக் கிட்டியது. ஈரான் தேசத்தின் ஒரு மண்டலத்து மன்னரான விஷ்டபா என்பவரைத் தமது சமயத்திற்கு மாற்றினார்.

இதன்பின்னர் இம்மன்னர் சொராஸ்டரின் மிக நெருங்கிய நண்பராக மாறினார். அத்துடன் சொரியாஸ்டிரிய மதத்தின் பாதுகாவலராக இருந்து மத வளர்ச்சிக்குப் பாடுபட்டர்.

எனினும் இம்மதம் அன்றைய காலக்கட்டத்தில் மிகப் பெரிய அளவில் பரவியதாக வரலாற்றுச் சான்றுகள் ஏதுமில்லை.

கி.மு. 6ஆம் நூற்றாண்டில் சொராஸ்டர் மறைவுக்குப் பிறகு இவர் வாழ்ந்த வடக்கு ஈரான் பகுதிகள் பாரசீகப் பேரரசில் த கிரேட் சைரஸால் இணைத்துக் கொள்ளப்பட்டது.

இதன்பின்னர் இம்மதம் நல்ல வளர்ச்சியைப் பெற்றது. அடுத்த 200 ஆண்டுகளில் பாரசீக மன்னர்கள் இந்த மதத்தைத்

சொராஸ்டிரிய நம்பிக்கையை ஏற்றுக்
கொள்வதற்கான சடங்கு

சுடர்விட்டு எரியும் தீப்பிழம்பு

தழுவினார்கள். எனவே இது அங்கு கொடிகட்டிப் பறந்தது என்றே சொல்லலாம்.

கி.மு. 4ஆம் நூற்றாண்டுகளில் அலெக்சாண்டர் இப்பகுதியை வெற்றி கொண்டதை அடுத்து, இம்மதம் மோசமான வீழ்ச்சியைச் சந்திக்க நேர்ந்தது. கிட்டத்தட்ட அழியும் நிலையை அது அடைந்தது என்பதே உண்மை.

ஆயினும் பின்னர் பாரசீகர்கள் மீண்டும் நாட்டைக் கைப்பற்றி ஆட்சி செய்யத் தொடங்கியதும் கொராஸ்டிரிய மதம் மீண்டும் தலைதூக்கியது. அதிலும் சஸ்ஸானிஸ்ட் மன்னர்களின் ஆட்சிக் காலத்தில் சொராஸ்டிரிய மதம் பாரசீகத்தின் அரச மதமாகவே அங்கீகரிக்கப்பட்டது.

இம்மதத்தினரின் சடங்கு, சம்பிரதாயங்கள் சற்று விசித்திரமாகவும், விநோதமாகவும் உள்ளன. நெருப்பின் மீது இவர்களுக்கு பக்தி அதிகம்.

இவர்களின் கோயில்களில் எப்போதும் புனிதத் தீப்பிழம்பு சுடர்விட்டு எரிந்து கொண்டே இருக்கும்.

சொராஸ்டராக இருந்து பின்னர் இஸ்லாத்தைத் தழுவி மேன்மை பொருந்தியவராகத் திகழ்ந்த ஸல்மான் பாரிசி (ரலி), சிறு வயதில் இத் தீப்பிழம்பை அணையாமல் பார்த்துக் கொள்கிற பொறுப்பில் இருந்ததை வரலாற்றுக் குறிப்புகள் தெரிவிக்கின்றன.

அதேபோல இறந்த உடல்களை எரிப்பதோ, புதைப்பதோ இவர்களிடம் கிடையாது. கோபுரங்களின் உச்சியில் இறந்த உடலைக் கொண்டு போய் வைத்துக் கழுகுகள் தின்னும்படி விட்டு விடுகிறார்கள். கோபுரத்தில் பிணத்தை வைத்த அடுத்த சில மணி நேரத்திற்குள் கழுகுகள் அதன் தசைகளைத் தின்றுவிட்டு எலும்புகளை மட்டுமே மிச்சம் வைக்கின்றன.

ஏழாம் நூற்றாண்டில் பாரசீகத்தை இஸ்லாமியர்கள் வெற்றி கண்டார்கள். இதனையடுத்து தற்போது ஈரான், ஈராக் என்று அழைக்கப்படும் பாரசீக மக்கள் மெல்ல மெல்ல இஸ்லாம் மதத்தை ஏற்க ஆரம்பித்தார்கள். எஞ்சியிருந்தோரும் மதம்மாறும்படி ஆட்சியாளர்களால் வற்புறுத்தப்பட்டார்கள்.

இஸ்லாம் மதத்தை பின்பற்றாதவர்களுக்கு 'ஜசியா' என்ற வரியை விதித்தனர். வரி கட்டாதவர்களுக்கு சாட்டை அடியும், கடுமையான சிறைத் தண்டனையும், அடிமையாக நாடு கடத்தவும் செய்தனர். சில நேரங்களில் மரணதண்டனையும் வழங்கப்பட்டது.

வரி கட்டாதவர்களுக்கு இந்த நிலை என்றால், வரி கட்டுபவர்களையும் கேவலமாக நடத்தினார்கள்.

சொரொஸ்டியன் கோயில்கள் இடிக்கப்பட்டு, அங்கு மதரஸாக்கள் கட்டப்பட்டன. இஸ்லாம் போதிக்கப்பட்டது. சொரொஸ்டியன் மதத்தைச் சேர்ந்த குழந்தைகள் வலுக் கட்டாயமாக இஸ்லாத்திற்கு மாற்றப்பட்டு, குரான் கற்றுத்தரப் பட்டது.

மதம் மாற விருப்பமற்றவர்கள் இத்தகைய கொடுமைகளுக்குப் பயந்து அருகில் உள்ள ஹோர்மஸ் என்னும் தீவுக்கு கி.பி. 10ஆம் நூற்றாண்டில் தப்பியோடினார்கள். அங்கும் அவர்களால் நிம்மதியாகவும், சுதந்திரமாகவும் வாழ முடியாமல் போனதால், அப்படியே அருகிலுள்ள இந்தியாவிற்குச் சென்றனர். அங்கு தங்களுக்கென்று சிறுகுடியிருப்பையும் அவர்கள் ஏற்படுத்திக் கொண்டனர்.

இவர்கள் பாரசீகத்தைச் சேர்ந்தவர்கள் என்பதால் பார்சிகள் என்று அழைக்கப்படலாயினர். மேலும் சொராஸ்டிரியன் என்ற சமயப் பெயரும் மறைந்து, பார்சி என்றே அழைக்கப்படலாயிற்று.

தற்போது இந்தியாவில் ஏறத்தாழ ஒன்றரை லட்சம் பார்சிகள் வசித்து வருகின்றனர். பெரும்பாலும் மும்பை மற்றும் அதைச் சுற்றியுள்ள பகுதிகளில் வசித்து வருகின்றனர்.

எனினும் பாரசீக வளைகுடாவில் தற்போதும் சுமார் 40 ஆயிரம் சொராஸ்டர்கள் வசித்து வருகின்றனர். அவர்களின் மதம் இப்போதும் சொராஸ்டிரியன் என்றே வழங்கப்பட்டு வருகிறது.

சொராஸ்டிரிய மதத்திற்கும், இஸ்லாம் மதத்திற்கும் இடையே வேறுபாடுகள் அதிகம் இல்லை. சொர்க்கம் - நரகம், ஆண்டவரின் இறுதித் தீர்ப்பு, தினமும் ஐந்து வேளை தொழுகை போன்றவை இரு மதங்களிலுமே காணப்படுகின்றன.

18

டாவோயிஸம்

சீனாவின் பழமையான மதம் டாவோயிஸம். சுமார் 2 ஆயிரம் ஆண்டுகளுக்கும் மேலாக சீனாவில் ஆதிக்கம் செலுத்தி வரும் ஒரு மிகப் பழமையான மதம் இது.

லாவோ செ என்னும் தத்துவ மேதை கி.மு. 4 அல்லது 3ஆம் நூற்றாண்டு 'டாவோ டே ஜிங்' என்னும் நூல் ஒன்றை எழுதினார். இது ஒரு மனிதன் உயர்வை அடைவதற்கும், நல்ல தலைவனாக விளங்குவதற்கும் என்ன மாதிரியான வழிமுறையைக் கடைப்பிடிக்க வேண்டும் என்பதை விளக்கும் அருமையான தத்துவ நூலாகும்.

மட்டுமல்லாமல் சொர்க்கத்திற்கும், பூமிக்கும் முன்பாக என்ன இருந்தது அல்லது இருக்கிறது என்பதைப் பற்றிய ஓர் திறன்பெற்ற ஆய்வையும் அதில் விளக்கி இருந்தார்.

இவரது நூல் சமயம் சார்ந்தும், தத்துவம் சார்ந்தும் இருந்தது அது பலரையும் ஈர்த்தது. எனினும் டாவோயிஸம் அப்போது நெறிமுறைப்படுத்தப்பட்ட, ஒழுங்கற்ற ரீதியிலேயே பின்பற்றப்பட்டு வந்தது.

ஜ்ஹாங் டாவோலிங் என்பவர் கி.பி. 142ஆம் ஆண்டில் டாவோ டே ஜிங் என்னும் இந்நூலைப் புனித நூலாக விளக்கினார். இது வெறும் தத்துவம் சார்ந்த நூல் மட்டுமல்ல, வானத்து தேவதைகளை எவ்வாறு வணங்க வேண்டும் என்பதையும் நமக்கு அறிவுறுத்தும் புனித நூல் என்பதைக் கண்டறிந்தார்.

ஆன்மீகத் தொடர்பினை அழகாகவும், ஆழமாகவும் இதில் விளக்கப்பட்டிருப்பதை நன்றாகப் புரிந்துணர்ந்தார்.

மேலும் மரணமற்ற நிலையைப் பற்றியும் மனிதர்கள் அறிந்து கொள்ள இது உதவுவதாகவும் கூறி, ஒரு ஒழுங்கான, முறைப்படுத்தப்பட்ட ரீதியில் 'டோவோயிஸம்' என்னும் மதத்தை உருவாக்கினார்.

இதன்பிறகே டாவோயிஸம் சார்ந்த நூல்கள் ஏராளமாக வெளிவந்து மக்கள் மத்தியில் பரவலான எழுச்சியை ஏற்படுத்தியது. நிறைய பேர் இம்மதத்தில் ஈடுபாடு வைத்து அதனைப் பின்பற்றத் தொடங்கினர்.

இதன்பின்னர் டாவோயிஸம் அரசியல் சார்ந்த நிகழ்வுகளிலும் தன் சிறகை விரித்தது என்பது வரலாற்றுச் சுவடுகள் வழியாகத் தெரிந்துகொள்ள முடிகிறது.

ஒரு கட்டத்தில் டாவோயிஸம் என்பது தத்துவம் மட்டுமே என்றும், சமயம் மட்டுமே என்றும் இருவேறு கோணத்தில் கீழை தேசம் மட்டுமல்லாமல் மேலை தேசத்து அறிவியலாளர்களும் தீவிரமான ஆய்வினை மேற்கொண்டனர்.

எனினும் முடிவில் இது இயற்கை, மனிதம் மற்றும் தெய்வீகம் ஆகிய அனைத்தையும் வலியுறுத்தி இருப்பதை அவர்கள் ஒப்புக் கொண்டனர். மட்டுமன்றி, ஒரு தலைவனாக இருந்து கொண்டு மக்களை எவ்வாறு நல்வழிப்படுத்துவது என்னும் அரிய வழிகாட்டுதலையும் இது நமக்கு அருளியிருப்பதையும் அவர்கள் சுட்டிக்காட்டினர்.

கி.பி. 19 மற்றும் 20ஆம் நூற்றாண்டுகளில் சீனாவில் டாவோயிஸம் திட்டமிட்டு அழிவுப்பாதைக்கு இட்டுச் செல்லப் பட்டது. இந்த மதத்தைக் குழிதோண்டிப் புதைக்கும் நிலைமையும் ஏற்பட்டது.

ஆனால் தற்போது அது மீண்டும் மறுமலர்ச்சி அடையத் தொடங்கி உள்ளது. அதன் அரிய தத்துவங்கள் அதன் வளத்தை மேலும் தீவிரப்படுத்தி வருகிறது.

டாவோ கோயில்

மற்றொரு டாவோ கோயில்

இப்போது கீழை தேசம் மட்டுமல்லாமல் மேலை தேசத்தவர்களும் டாவோயிஸத்தின் மீது புதிய அக்கறை கொண்டு வருகின்றனர். முக்கியமாக அவர்கள் இதனை மதம் சார்ந்த விஷயமாகவோ அல்லது தனி மனித ஒழுக்கத்தினை வற்புறுத்தும் தத்துவம் சார்ந்த விஷயமாகவோ எடுத்துக் கொள்ளவில்லை என்பது ஏமாற்றம் தரும் உண்மை.

அக்யூபங்சர், மூலிகை மருத்துவம் போன்ற மருத்துவம் சார்ந்த ஒரு விஷயமாக மட்டுமே இதனை அணுகி வருகிறார்கள். டாவோயிஸம் என்பதில் இம்மாதிரியான மருத்துவம் ஒரு பகுதி என்பதே உண்மை.

'டா' எனறால் 'வழி' அல்லது 'பாதை' என்று பொருள். இந்த அண்டமானது இயல்பாகவே ஒரு வழியைக் கொண்டிருக்கிறது. அந்த வழியை அறிந்து அதனுடன் மனிதன் ஒன்றிப்போகிறபோது அவன் முழுமையைப் பெறுகிறான். நிறைவை அடைகிறான்.

இப்படித்தான் போதிக்கிறது டாவோயிஸம்.

டாவோயிஸ நெறிகள் 'மும்மணிகள்' என்று குறிப்பிடப்படு கின்றன. கருணை, அடக்கம், பணிவு ஆகியவையே அந்த மும்மணி கள். சைவ உணவு உண்பதே நல்லது என்றும் இம்மதம் வலியுறுத்துகிறது.

இயற்கையை வணங்குதல், முன்னோரின் ஆவிகளை வணங்குதல் போன்றவை டாவோயிஸட்டுகளால் தற்போது கடைப்பிடிக்கப்பட்டு வருகிறது.

சீன இரசவாதம், ஜோதிடம், சமையல், போர்க் கலைகள், சீன மரபு வழி மருத்துவம், மூச்சுப்பயிற்சி போன்றவை டாவோயிஸத்தின் ஓர் அங்கமாகவே இருந்து வருகிறது.

இம்மதம், சீனாவைத் தவிர தைவான், புருனே, சிங்கப்பூர், வியட்நாம் போன்ற நாடுகளில் சுமார் 20 கோடிப் பேரால் பின்பற்றப்படுகிறது.

தமிழகத்தில் போகர் என்ற சித்தரைப் பற்றித் தெரியாதவர்கள் இருக்க முடியாது. இவர் சீனாவில் இருந்து தமிழகத்திற்கு வந்தவர். அங்கு இவர் 'போ யங்' என்று அழைக்கப்படுகிறார்.

சீனாவில் டாவோயிஸம் உருவாகக் காரணமாக இருந்த லாவோ செயும், போகரும் ஒருவரே என்றும் சிலர் கூறுகின்றனர். பிறப்பால் இவர் ஒரு சீனர் என்றும் இவர்கள் உறுதியாகத் தெரிவிக்கின்றனர்.

19

கன்பூசியனிஸம்

சீனாவின் ஷான்டோங் மாநிலத்தில் குஃபூ என்னும் இடத்தில் கி.மு. 551ஆம் ஆண்டு கன்பூசியஸ் பிறந்தார். இவரது இயற்பெயர் குங்பூஸ௳. பெரும் தத்துவ மேதையான இவர் அநேகமாகக் கடவுளாகவே வணங்கப் பட்டு வருகிறார். இவரது கருத்துக்கள் ஆன்மீகத்துடன் தொடர்பு படுத்தப் பட்டு 'கன்பூசியனிஸம்' என்னும் மதமே உருவாகியது. இவரது நூல் ஆனலெக்ட்ஸ் இம்மதத்தின் புனித நூலாக விளங்கி வருகிறது. சீனா மட்டுமல்லாமல் தென் கொரியா, வியட்நாம், தைவான் போன்ற நாடுகளிலும் இம்மதம் விரிந்து பரவி உள்ளது.

கன்பூசியஸின் தந்தை, அவரது 70வது வயதில் மறுமணம் செய்தார். அந்த மனைவிக்கு மூத்த மகனாகப் பிறந்தவர்தான் கன்பூசியஸ். இவருக்கு நான்கு வயதான போது தந்தை இறந்து போனார்.

தந்தையை இழந்த அந்தக் குடும்பம் வறுமையில் தள்ளாடியது. வாழ வழி தெரியாமல்

தத்தளித்த அக்குடும்பத்தை சுமக்கும் பொறுப்பு இந்தப் பிஞ்சுச் சிறுவன் தலைமேல் வந்து விழுந்தது.

எனவே படிப்பைத் துறந்துவிட்டு வேலைக்குச் செல்ல வேண்டிய நிர்ப்பந்தம். பல வேலைகளைச் செய்து பொருள் ஈட்டி குடும்பத்தைக் காப்பாற்ற வேண்டிய நிலைமை.

சிறு வயது முதலே சிரமங்களை அனுபவித்த காரணத்தை, தலையெழுத்து என்றோ, விதி என்றோ சாதாரணமாக ஒதுக்கித் தள்ளிவிடாமல், மனிதனுக்குத் துன்பம் ஏன் ஏற்படுகிறது என்ற கோணத்தில் தனது சிந்தனைக் குதிரையைத் தட்டிவிட்டார்.

அறியாமைதான் முக்கியக் காரணம் என்பதைத் தெரிந்து கொண்ட கன்பூசியஸ், அறியாமைக்கு என்ன காரணம் என்று யோசிக்கத் தொடங்கினார்.

'அறிவைப் பயன்படுத்தி நம் அறியாமையை ஒப்புக்கொள்வது தான் உண்மையான அறிவு' என்ற புதிய தத்துவத்தைத் தனது அடிப்படை சித்தாந்தமாகக் கொண்டார்.

இச்சிந்தனையின் ஊடாக வரலாற்றைக் கற்றுத் தேர்ந்தார். அத்துடன் கட்டடக் கலையிலும் வல்லமை மிகுந்தவராகத் தன்னை வளர்த்துக் கொண்டார்.

மிகச் சிறந்த வரலாற்று ஆசிரியராகத் திகழ்ந்த கன்பூசியஸ், தனது இருபதாவது வயதில் திருமணம் செய்து கொண்டு மூன்று குழந்தைகளுக்குத் தந்தையும் ஆனார். குழந்தைகளைப் பண்புடனும், நற்குணத்துடனும் வளர்த்தார்.

குடும்ப வாழ்க்கையைக் காட்டிலும் சமூக நலனிலேயே அதிக அக்கறை கொண்டவராக இருந்தபோதிலும், குடும்பத்திற்குத் தேவையான வருமானத்திற்காக வேலை தேட வேண்டிய கட்டாயத்தில் இருந்தார்.

இவரது அறிவாற்றல் சிறப்பானதாக இருப்பதை உணர்ந்த அரசாங்கம், உணவுப் பொருள் கிட்டங்கியைப் பராமரிக்கும் அதிகாரியாகப் பணிபுரிய வாய்ப்பளித்தது. அந்த வேலையிலும் தனது திறமையைக் காட்டினார். பற்பல மாற்றங்களைக் கொண்டு வந்தார்.

இவரது அட்டகாசமான திறமையை அரசும் நன்றாகவே பயன்படுத்திக் கொண்டது.

மேலும் அரசின் நிர்வாகம் சிறப்பாகச் செயல்படுவதற்கான

கன்பூசியஸ்

கன்பூசியஸ் மாணவர்களுக்கு போதித்த இடம்

ஆக்கமிகு கொள்கைகளை வகுத்துக் கொடுக்கவே, கன்பூசியஸின் மதிப்பும், மரியாதையும் மிகப் பெரிய உயரத்தைத் தொட்டது. நாட்டின் வளர்ச்சித் திட்டங்களை உருவாக்கித் தரும் பொறுப்பை அரசு அவருக்கு வழங்கியது.

இவ்வாறாக அறிவில் ஈடிணையற்றவராக விளங்கி, பெரும் புகழ் சம்பாதித்த அவர், ஒரு தேசத்தின் வளர்ச்சிக்கு முக்கியமானது கல்வி மட்டுமே என்பதைத் தெள்ளத் தெளிவாகவே உணர்ந்தார்.

எனவே பிரபல தத்துவஞானி அரிஸ்டாட்டிலைப் போலவே கல்விக் கழகம் ஒன்றை நிறுவினார். அரசு நிர்வாகம், சமூக முன்னேற்றம், ஒழுக்கம், பண்பு போன்றவற்றைப் பாடமாக மாணவர்களுக்குப் போதித்தார்.

அறியாமையைக் களைவதிலும், உழைப்பின் முக்கியத் துவத்தை உணர்வதிலும், சுதந்திரமாகச் சிந்திக்கும் திறனை வலியுறுத்துவதிலும் கவனம் செலுத்தினார்.

இவரது இப்புதிய முயற்சி பெரும்பாலானவர்களைக் கவர்ந்தாலும், சிலருக்குக் கசந்தது.

அதற்கு முக்கியக் காரணம் என்னவென்றால், மத நம்பிக்கைகளுக்கு எதிரான கருத்துக்களை அவர் பேசிவந்ததுதான்.

'மக்கள் மதச் சம்பிரதாயங்களில் மூழ்கி, மூடநம்பிக்கையில் உழன்று கிடக்கிறார்கள். மதம் என்பது அவர்களை முட்டாள் களாக்கி இருக்கிறது. அறியாமையின் காரணமாக மதவெறியோடு காணப்படுகிறார்கள்..' என்றெல்லாம் கன்பூசியஸ் பிரசங்கம் செய்துவந்தார்.

இவ்வாறு மதத்தின் மீதான தனது வெறுப்பையும், எதிர்ப்பையும் வெளிப்படையாகக் காண்பித்தார்.

'வாழும் காலத்தில் மனிதன் நல்லொழுக்கத்தைக் கடைப் பிடிக்க வேண்டும் நற்பண்புகளை வளர்த்துக் கொள்ள வேண்டும் நீதிக்கு அடிபணிந்து உண்மையாகவும், நேர்மையாகவும் வாழ வேண்டும். அதற்கு மதம் தேவையில்லை" என்று உறுதியாகத் தெரிவித்தார்.

கன்பூசியஸின் இத்தகையப் போக்கு அரசு அதிகாரிகள் சிலருக்குப் பிடிக்கவில்லை. எனவே அவரைக் குறை கூறத் தொடங்கினர். இதனால் அரசாங்கப் பணியில் இருந்து விலக வேண்டிய கட்டாயம் ஏற்பட்டது.

வேலையை விட்டு வெளியே வந்த சன்பூசியஸ், பல நாடுகளுக்கும் சென்றார். அங்கெல்லாம் தமது எண்ணத்தையும், கருத்துக்களையும் பரப்பினார்.

அவரது முற்போக்கான கருத்துக்களால் கவரப்பட்ட குறுநில மன்னர்கள் சிலர், அவருக்கு உதவ முன்வந்தபோதும், ஏற்றுக் கொள்ள மறுத்துவிட்டார்.

கொடிய வறுமை அவரைப் பலமாக ஆட்கொண்ட போதும், இவ்வாறு உதவிகளை அவர் ஒதுக்கித் தள்ளியது பலரையும் வியப்பில் விழிவிரிய வைத்தது.

அவரது உயர்ந்த லட்சியங்களை உணரத் தொடங்கிய சீன அரசாங்கம் அவருக்கு உயர்ந்த பதவி அளித்து கௌரவிக்க விரும்பியது. ஆனால் அதனையும் ஏற்க மறுத்து விட்டார்.

கடுமையான சிந்தனை, ஓயாத உழைப்பு, வறுமையின் பிணைப்பு போன்ற காரணங்களால் நோய்வாய்ப்பட்ட கன்பூசியஸ், தனது 70வது வயதில் ஓய்வெடுத்தே ஆக வேண்டிய நிர்ப்பந்தத்திற்குத் தள்ளப்பட்டார்.

ஒரு மலைப்பாங்கான இடத்தில் தமது சீடர்களுடன் கடைசிக் காலத்தைக் கழிக்கத் தொடங்கினார். சீடர்களுக்கு உபதேசங்கள் வழங்கிக் கொண்டே 'வசந்தமும் இலையுதிர்க் காலமும்' என்னும் நூல் ஒன்றையும் எழுதினார்.

கி.மு. 479ஆம் ஆண்டு தமது 71வது வயதில் கன்பூசியஸ் மரணத்தைத் தழுவினார்.

மரணத்திற்குப் பிறகுதான் அவரது கருத்துக்கள் இன்னும் அதிக ஆதரவைப் பெற்றது. அவர் மீதான நன்மதிப்பு அதிகமானது. அவரது கொள்கைகள் தத்துவம் என்பதையும் தாண்டி மதமாக உருவெடுத்தது.

அதுவே 'கன்பூசியனிஸம்' என்ற பெயரில் அவரது கருத்துக்கள் அனைத்தும் மதமாக மாறியது.

உலகில் மக்களிடையே ஏழை, பணக்காரர் என்கிற மாதிரியான எவ்விதப் பாகுபாடும் இருக்கக்கூடாது என்றார் கன்பூசியஸ்.

ஆதரவற்றோர், முதியோர், ஏழை எளியவர்களுக்கு அடைக்கலம் தந்து பாதுகாப்பு தரவேண்டியது அரசின் கடமை என்பதையும் அவர் வலியுறுத்தினார்.

கல்வியை வளர்க்க வேண்டிய பொறுப்பு அரசுக்கு உள்ளது என்ற கன்பூசியஸ், இளைஞர்கள் சுதந்திரமாக சிந்தனை செய்ய அனுமதிக்க வேண்டும் என்றும் கூறினார்.

கன்பூசியஸ் ஒரு கடவுளாகவே மதிக்கப்படலானார். அவர் பிறந்த குஃபூவில் அவருக்குக் கோயில் ஒன்று எழுப்பப்பட்டது.

இக்கோயில் உலகப் பாரம்பரியச் சின்னம் என்று யுனெஸ்கோ 1994ஆம் ஆண்டு அறிவித்தது.

அத்துடன் கன்பூசியஸ் பிறந்த வீடும் உலகப் பாரம்பரியச் சின்னமாக அறிவிக்கப்பட்டுள்ளது.

கன்பூசியஸ் கோயில் மற்றும் வீடு அமைந்துள்ள 14 லட்சம் சதுர மீட்டர் பரப்பளவிலான வளாகத்தில், ஆயிரத்து 300க்கும் மேற்பட்ட கட்டடங்கள் அமைந்துள்ளன.

5 ஆயிரத்திற்கும் அதிகமான கல்வெட்டுக்களும் அங்கே காணப்படுகின்றன.

கடந்த 2 ஆயிரத்து 500 ஆண்டுகளாக சீனாவை ஆட்சி செய்துவந்த ஆட்சியாளர்கள் அனைவரும் இந்த வளாகத்தைப் பாதுகாத்து வந்துள்ளது குறிப்பிடத்தக்கது.

கன்பூசியஸ் கருத்துக்களுக்கு எதிரான விமர்சனத்தை மா சே துங் கடைப்பிடித்துவந்தார்.

எனவே கம்யூனிஸ்ட் சீனாவில் ஆட்சிக்கு வந்தபின்னர் கன்பூசியஸ் தத்துவத்திற்குப் பெரும் பின்னடைவு ஏற்பட்டது.

எனினும் மாவோவின் இறப்புக்குப் பின் கன்பூசியஸ் சித்தாந்தம் அரசின் ஆதரவுடன் மீண்டும் முக்கியத்துவம் பெறத் தொடங்கியது.

மனித நேயம், நற்பண்பு, சுதந்திரமான செயல்பாடுகள், முழுமையான நிறைவு, ஒழுக்க நெறிகளைக் கடைப்பிடித்தல் போன்றவற்றை அடிப்படையாகக் கொண்டது கம்பூசியஸ் மத நெறி.

ரென், இயி, இலி என்று இதன் அடிப்படை நெறிகளைச் சொல்வார்கள். ரென் என்றால் பிறர் மீதான மனிதநேயம் மற்றும் பொதுநலம் சார்ந்த கடமை உணர்வு என்று பொருள்.

இயி என்றால் நியாயத்தை நிலைநிறுத்த முயற்சித்தல், நன்மை செய்ய விழைதல் மற்றும் ஒழுக்க மனப்பான்மை ஆகியனவாகும்.

இலி என்றால் ஒரு சமூகத்தில் மனிதன் ஒருவன் எவ்வாறு முறையாகச் செயல்பட வேண்டும் என்பதை நிர்ணயிக்கும் விதிகளும் நியாயங்களும் ஆகும்.

'ரென்' மற்றும் 'இயி' ஆகியவற்றின் முக்கியமான அறப்பண்புகளைக் காப்பதற்காக ஒருவன் தன் உயிரையும் தர வேண்டும் என்று கன்பூசியஸ்நெறி வலியுறுத்துகிறது.

கன்பூசியஸ் சீனத்து பழமையான மதங்களின் மீது நம்பிக்கை கொண்டவர் என்றாலும், கன்பூசியஸ் நெறியானது மனிதநேயம் சார்ந்ததாயும், இறைசாரா நம்பிக்கை உடையதாகவுமே இருக்கிறது,

கன்பூசியஸ் நெறியை ஒரு மதமாகக் காண்பதற்குப் பதிலாக பிற நெறிகள் அல்லது நம்பிக்கைகளுக்கு ஒரு துணை வழிகாட்டி நெறி என்று கூறுவோரும் உள்ளனர்.

ஐக்கிய நாடுகள் சபை கன்பூசியனிஸத்தை ஒரு சமயமாக அடையாளப்படுத்தி உள்ளது.

20

ஷிண்டோயிஸம்

ஜப்பானியர்களின் தாய் மதமாக இருந்தது ஷிண்டோ மதம் ஆகும். ஷிண்டோயிசம் என்னும் இம்மதம் இயற்கை வழி என்றும், கலாச்சார வழி என்றும் இருபிரிவுகளாகக் காணப்படுகிறது.

இயற்கை வழி என்பது சூரியன் மற்றும் சந்திர வழிபாட்டை வலியுறுத்துகிறது. குறிப்பாக சூரியனையே இப்பிரிவினர் முழுமுதற் கடவுளாக வணங்கினர். உலகின் உயிர் சூரியன் தான் என்றும், சூரியனின் அசைவைப் பொறுத்தே உலகில் ஆக்கமும், அழிவும் நடப்பதாகவும் இப்பிரிவினர் நம்புகின்றனர்.

சூரியனால் விளையும் தானியப் பயிர்களை வணங்கியதோடு, அதனை சூரியனுக்குப் படைத்தும் வந்தனர். சூரிய சக்தியால் விளையும் பயிர்களைப் பயன்படுத்துவதே மனிதனின் முக்கியக் கடமை என்று நினைத்து அதற்கு அதிக முன்னுரிமை வழங்கி வந்தார்கள்.

ஆனால் காலப்போக்கில் இந்த இயற்கை வழிப் பிரிவு என்ன

காரணத்தினாலோ மங்கி, மறைந்து போய்விட்டது. கலாச்சார வழிப் பிரிவு மட்டுமே தற்போது ஜப்பானில் உயிரோடு இருந்து வருகிறது.

ஷிண்டோ மதத்தில் புனிதம் என்பதே மிகமுக்கியமானதாக விளங்குகிறது. நன்மை செய்வது புனிதம் என்றும், தீமை செய்வது அருவறுக்கத்தக்கது என்றும் இம்மதம் கூறுகிறது. தீமைகளையும், தீயவர்களையும் கடவுள் வெறுக்கிறார் என்றும் ஷிண்டோயிசம் உபதேசிக்கிறது.

புனிதம் என்பதும் இருவகையாகப் பிரிக்கப்பட்டுள்ளது. ஒன்று அகப்புனிதம். மற்றொன்று புறப்புனிதம்.

அகப்புனிதம் என்பது ஆத்மா புனிதமடைவது. அப்போது தான் கடவுளோடு மனிதன் ஒன்றுபட முடியும்.

புறப்புனிதம் என்பது ஆத்மா புனிதமடைய வேண்டு மென்றால் உடலும், செயலும் சுத்தமாக இருக்க வேண்டியது அவசியம் என்பதாகும்.

இதற்கு மேல் இன்னொன்றையும் இம்மதம் உபதேசிக்கிறது. அதாவது நாட்டை ஆளும் மன்னன் தெய்வத்திற்கு ஈடானவன் என்கிறது.

இதனை ஒரு தேசியக் கோட்பாடாகவே ஜப்பானியர் ஏற்றுக் கொண்டுள்ளனர். ஷிண்டோ தர்மத்தின் படியே மன்னர்கள் வாழ வேண்டும் என்றும் அவர்கள் வலியுறுத்துகின்றனர். இன்றளவிலும் ஜப்பானிய மன்னர் குடும்பத்தினர் ஷிண்டோ மதத்தில் இருந்து பிற மதங்களுக்கு மாறினால் அவர்கள் தங்கள் அரச வம்சத்தையே இழந்துவிடுகிறார்கள்.

சகிப்புத் தன்மை, வழிபாட்டு சுதந்திரம், சகோதரத்துவம், உயர்வு தாழ்வற்ற சமூகம் போன்ற பல்வேறு நல்ல அம்சங்கள் ஷிண்டோ மதத்தில் இருந்து வருகின்றன.

பிறப்பு, இறப்பு என்பவை விதிப்படி நடப்பவை என்பதை உறுதியாக நம்புகிறது.

முன்னோர்களை அவமதிக்காமல் அவர்களுக்கு அஞ்சலி செலுத்தும் கொள்கை இதில் காணப்படுகிறது.

கருணையைக் கடவுள் வடிவமாகப் போற்றுகிறது.

நீதியை நிலைநாட்டத் தவறுபவனை கோழை என்று இகழ்கிறது.

அன்பு காட்டுபவன் இல்லத்திற்கு அழைக்காமலேயே செல்லும் உயரிய வழக்கத்தை ஷிண்டோ மதம் கொண்டுள்ளது.

'வானத்தை உங்கள் தந்தையாகக் கருதுங்கள். பூமியை உங்கள் தாயாக நேசியுங்கள். மற்ற அனைத்தையும் உங்கள் சகோதர சகோதரிகளாக நினையுங்கள். அப்போது துவேஷம், துன்பம் போன்றவற்றில் இருந்து இன்பம் என்னும் மோட்சத்தை அடைய முடியும் என்று போதிக்கிறது இம்மதம்.

இந்து மதத்தைப் போலவே மனிதனும் தெய்வமாகலாம் என்று ஷிண்டோ மதமும் உபதேசிக்கிறது. அற்கான வழிமுறைகள் என்னவென்பதையும் பட்டியலிடுகிறது.

1. மாதா, பிதா, குரு, தெய்வம் ஆகியவர்களின் சொற்படிக் கேட்டு நடக்க வேண்டும்.

2. விவேகத்துடன் மட்டும் இல்லாமல் விசுவாசத்தோடும் பணியாற்ற வேண்டும்.

3. எப்போதும், எந்த இக்கட்டான நிலையிலும் நேர்மை தவறவே கூடாது.

4. பொய்மையை முற்றிலுமாக நீக்கிவிட வேண்டும்.

5. நன்றாகக் கற்று அறிவைப் பெருக்கி ஞானத்தை மேலும் விரிவாக்கிக் கொள்ள வேண்டும்.

6. தேவைக்கு ஏற்ற பொருட்களை உருவாக்குவதில் முனைப்புடன் இருக்க வேண்டும்.

இவற்றைக் கடைப்பிடித்தால் கடவுள் அம்சத்தை அடைந்து தெய்வத்திற்கு நிகராக மாற முடியும் என்கிறது ஷிண்டோயிசம்.

பண்டைய காலத்தில் இது அரசர்களால் அங்கீகாரம் பெற்ற மிகப் பெரிய மதமாக விளங்கியது. இரண்டாம் உலகப் போருக்கு முன்னர் வரை ஜப்பானின் முதன்மை பெற்ற மதமாக விளங்கிய இது பின்னர் தனது செல்வாக்கை இழந்துவிட்டது.

சிவலிங்கத் திருவுருவத்திற்கு பெருமதிப்புத் தரும் இம்மதத்தை சுமார் ஐந்தே கால் கோடிப் பேர் பின்பற்றி வருகின்றனர்.

இம்மதம் இந்து மதத்தைப் போலவே பல கடவுள்களைப் பற்றிப் பேசுகிறது. கடவுள்களை இவர்கள் 'காமி' என்கின்றனர். நாம் தமிழில் 'சாமி' என்று அழைப்பதை இதனுடன் போட்டுக் குழப்பிக் கொள்ள வேண்டாம்.

இறந்த பின்னர் மனிதர்கள் ஒவ்வொருவரும் 'காமி' ஆகி விடுகிறார்கள் என்னும் நம்பிக்கை இவர்களிடம் காணப்படுகிறது.

மிருகங்களை கடவுளின் தூதர்களாக நம்பும் இவர்கள், மலை, காற்று, உணவு போன்ற அனைத்தையுமே கடவுள் என்கின்றனர்.

இயற்கையைக் கடவுள் என்று வழிபடும் இவர்கள், 'கடவுள் எங்கும் நிறைந்திருப்பார்' என்று நம்புகிறது. இந்துக்கள், 'கடவுள் தூணிலும் இருப்பார், துரும்பிலும் இருப்பார்' என்று கூறுவதை இங்கே ஒப்பிட்டு நோக்கலாம்.

ஜப்பானில் பரவலாக ஷிண்டோ கோயில்கள் காணப்படுகின்றன. அதன் நுழைவாயிலில் வித்தியாசமான 'தோரி' என்று அழைக்கப்படும் ஒருவிதமான கதவு உள்ளது.

கடவுளும், பூத கணங்களும் இயற்கையோடு ஒன்றி இருப்பதான நம்பிக்கை ஜப்பானியரிடம் ஆரம்ப காலத்தில் இருந்தது. இதனை அடிப்படையாக வைத்து ஆவிகளை வணங்கி இயற்கையோடு ஒன்றி வாழ முயன்றனர்.

தங்கள் மூதாதையர்கள், மன்னர்களை கடவுளுக்கு இணையாக வணங்கிப் போற்றுவது உண்டு. அதாவது இவர்களை 'காமி' என்றே வழிபடுகின்றனர்.

ஷிண்டோக்களின் முக்கிய கொள்கைகளில் ஒன்று சுத்தம், தூய்மை. எனவே எப்போதும் இவர்களின் கோயில்கள் சுத்தமாகவே இருக்கும். இங்கு செல்லும்போது கைகளையும், வாயையும் நன்றாகக் கழுவிய பிறகே செல்ல வேண்டும்.

இதற்காகக் கோயிலின் முகப்பில் ஒரு தொட்டி நிறைய நீர் நீரப்பப்பட்டுள்ளது. அதில் உள்ள தொண்டி மூலம் கை, கால்களை அலம்பிக் கொள்கின்றனர். பின்னர் அந்த நீரை சிறிது அருந்தவும் செய்கின்றனர்.

ஷிண்டோ கோயில்களில் சிறப்பான 'காமி'க்கள் நிறைய காணப்படுகின்றன.

புத்தாண்டு பிறப்பு உள்ளிட்ட பண்டிகை நாட்களில் ஆலயங் களுக்குச் சென்று வழிபடுவது இவர்களின் வழக்கம். அதேபோல சங்கடமான துன்பச் சூழல் ஏற்படும் காலக்கட்டங்களிலும் தவறாமல் கோயிலுக்குச் சென்று வணங்குவார்கள்.

புத்தாண்டு பிறப்பதற்கு முதல் நாள் மாலையில் இருந்தே மக்கள் கோயில்களுக்கு வந்துவிடுகின்றனர். கோயிலில் இருந்து

ஜப்பானில் உள்ள பழமையான ஆலயம்

ஷிண்டோக்களின் காமி

சற்றுத் தள்ளி அவர்கள் வரிசையாக நிறுத்தப்பட்டு பகுதி பகுதியாக உள்ளே செல்ல அனுமதிக்கப்படுகின்றனர்.

கோயிலுக்குள் சென்ற பிறகு வேண்டிய அளவு அங்கேயே இருந்து இறைவனைத் தரிசிக்க அனுமதிக்கப்படுகிறார்கள்.

சந்நதிக்கு நேர் எதிரே நெருப்புக் குண்டம் காணப்படுகிறது. அதிலிருந்து வரும் புகையை கண்களில் ஒற்றிக் கொள்கின்றனர்.

கோயிலுக்குள் மிகுந்த அமைதி தாண்டவமாடும். மதக் குருக்கள் ஓதும், ஆலய மணியோசை ஒலிக்கும் குரல் மட்டுமே கோயிலுக்குள் கேட்கின்றன.

பிறப்பின்போதும், திருமணம் போன்ற முக்கிய விசேட நிகழ்வின்போதும் சடங்குகள் செய்வது ஷிண்டோக்களின் வழக்கம். இந்து மதத்திலும் இத்தகைய சடங்குகள் உண்டு என்பது குறிப்பிடத்தக்கது.

பெரும்பாலான ஷிண்டோ சடங்குகளும், விழாக்களும் காமிகளுக்குப் படையல் செய்வதன் மூலமும், பிற வழிபாட்டு முறைகள் மூலமும் கெட்ட ஆவிகளை விலக்கி வைப்பதை நோக்கமாகக் கொண்டே செய்யப்படுகின்றன.

பழமையான மதங்களுக்கே உரிய மூட நம்பிக்கைகள், சடங்குகள் ஷிண்டோ மதத்தில் நிறைய உள்ளன.

நல்ல உடல் ஆரோக்கியம், பாதுகாப்பான பயணம், கல்வி, வெற்றிகரமான வியாபாரம் போன்ற பலவற்றிற்கும் தாயத்துப் போன்ற பொருட்கள் இவர்களின் வழிபாட்டுத் தலங்களில் கிடைக்கின்றன. அவற்றை வாங்கி வைத்தால் நினைத்தவை ஈடேறும் என்ற நம்பிக்கை காணப்படுகிறது.

தங்கள் இல்லங்களில் மாடங்களை அமைத்து வழிபடுவது இவர்களின் வழக்கம்.

சகுனம் பார்ப்பதும் உண்டு. முன்னங்கால்களை உயர்த்திக் கொண்டு அமர்ந்திருக்கும் பூனை குடும்பத்திற்கு நல்ல அதிர்ஷ்டத்தைத் தரும் என்று நம்புகின்றனர்.

ஷிண்டோ மதத்தை யாரும் உருவாக்கியதாக அறியப்பட வில்லை. இதற்கென வழிகாட்டும் புனித நூல் எதுவும் கிடையாது. நேர்மறை சிந்தனை கொண்ட மதமாக விளங்கும் இது, அடிப்படையில் மனிதர்கள் அனைவரும் நல்லவர்களே என்றும், கெட்ட ஆவிகளால்தான் தீயவை நடப்பதாகவும் நம்புகின்றனர்.

கோயில்களில் சீட்டுக்கட்டி விடுவது, பொம்மை செய்து வைப்பது போன்ற பல்வேறு வழிபாட்டு முறைகள் இந்துக்களிடம் இருப்பதைப் போலவே ஷிண்டோ மதத்திலும் உள்ளது.

திருஷ்டிப் பூசணி வடிவில் சிகப்பு நிறத்தாலான சிறிய மற்றும் ஆளுயரத்தாலான பெரிய பொம்மைகள் விற்பனை ஜப்பானில் பிரசித்தம். கண்கள் மட்டும் வரையப்படாத இந்தப் பொம்மைகளை வாங்கி வந்து, விருப்பத்தை மனதில் நினைத்து, பொம்மைக்குக் கண்களை வரைகிறார்கள். பின்னர் அதைத் தங்கள் வீட்டில் வைத்தால் நினைத்த காரியம் வரும் புத்தாண்டுக்குள் நிறைவேறும் என்று நம்புகின்றனர். தங்கள் விருப்பம் நிறைவேறியதும் இந்தப் பொம்மையை கோயிலில் கொண்டுவந்து வைத்துவிடுகின்றனர்.

ஆண்டுதோறும் ஜனவரி மாதம் இரண்டாவது திங்கள் கிழமை அன்று 'செஜின் நோ' என்னும் விழா சிறப்பாகக் கொண்டாடப்படுகிறது. இருபது வயதான ஆண்களும், பெண்களும் பெரியவர்களாக அங்கீகரிக்கப்படும் விழா இது.

அன்றைய தினத்தில் பெரியவர்களாக அங்கீகரிக்கப்படும் பெண்கள் தங்கள் பாரம்பரிய உடையான கிமோனோவிலும், ஆண்கள் புத்தம் புதிய சூட், கோட் சகிதமாகவும் கோயிலுக்குச் செல்வது வழக்கம்.

ஜப்பானில் உள்ள புத்த மதத்தினர் ஷிண்டோ வழிபாட்டு முறைகளையும் பின்பற்றுகின்றனர். ஷிண்டோக்களின் கடவுளான காமிகளை புத்தரின் வடிவாகவே கருதுகின்றனர்.

ஷிண்டோ மதத்தின் திருவிழாக்கள் அனைத்தும் புத்தர் கோயில்களிலும் நடைபெறுகின்றன. அதேபோல புத்த மதம் சார்ந்த திருவிழாக்கள் ஷிண்டோ ஆலயங்களிலும் நடைபெறுகின்றன.

21

உலக மதங்களின் வரிசையில் காலத்தால் மிகவும் பின் தங்கிய மதம் பஹாய். 1844ஆம் ஆண்டு பாரசீக நாட்டில் உதித்த இம்மதம் இன்றைய அளவில் குறைந்தது முன்னூறுக்கும் அதிகமான நாடுகளில் பரவியிருக்கிறது. சுமார் ஒரு லட்சத்து 20 ஆயிரம் பேர் இச்சமயத்தை பின்பற்றி வருகின்றனர்.

இச்சமயத்தைத் தோற்றுவித்தவர் பஹாவுல்லா. 'இறைவனின் ஒளி' என்பது இதன் பொருள். இம்மதம் மூன்று நம்பிக்கைகளை அடிப்படையாகக் கொண்டு நிறுவப்பட்டது.

'கடவுள் ஒருவரே. சமயங்கள் ஒன்றே. மனிதகுலம் ஒன்றே' என்பதே பஹாய் சமயத்தின் வேத வாக்காகத் திகழ்கிறது.

1817ஆம் ஆண்டு நவம்பர் 12ஆம் நாள் பாரசீகத்தின் டெஹ்ரான் நகரில் உயர் குடும்பத்தில் பிறந்தார். ஐந்து வயதான போது, 'உலக மக்களின் சிறந்த போதகராக பஹாவுல்லா விளங்குவார்' என்ற கனவினை இவரது தந்தை கண்டார்

பஹாய் மதம்

அப்படித்தான் இவரது வாழ்க்கையும் அமைந்தது.

முறையாகக் கல்வியறிவு பெறவில்லை என்றாலும், சமயப் பெருமக்களின் வழியாக இறையறிவை நிரம்பப் பெற்றார்.

பதினெட்டு வயதில் திருமணம் நடந்து, பல குழந்தைகளுக்கு தந்தையும் ஆனார். 1844ஆம் ஆண்டு ஷிராஸ் நகரில் சயீத் அலி முகமது என்றும், பாப் என்றும் அழைக்கப்பட்ட இளைஞர் ஒருவர், தன்னை கடவுளின் அவதாரம் என்று பிரகடனப் படுத்திக் கொண்டார். தமக்குப் பின்னால் வரப்போகும் இறைத்தூதரின் வருகையை அறிவிப்பதே தனது நோக்கம் என்றும் அவர் அறிவித் தார். இந்த பாப் என்பாரை பஹாவுல்லா தாமே முதலில் அறிந்து ஏற்றுக்கொண்டார்.

இதனால் அங்கு மிகப் பெரிய கிளர்ச்சிகள் நடைபெற்று, 750 இராணுவ வீரர்களால் பாப் மரண தண்டனையை அடைந்தார்.

இவர்களுடன் சேர்ந்து பஹாவுல்லாவும் கைது செய்யப்பட்டு டெஹ்ரான் நகரில் பிரசித்தி பெற்ற 'சிய்யாச்சால்' என்னும் பாதாள சிறையில் அடைக்கப்பட்டுக் கொடுமைக்குள்ளானார்.

அச்சிறையில் பஹாவுல்லாவிற்கு அவருடைய உயர்ந்த ததானத்தை இறைவன் அறிவித்தார். இறைவனைப் பலநேரங்களில் பலவிதமாகவும் உணர்ந்தார் அவர்.

குற்றமற்றவர் என்று நிரூபிக்கப்பட்டு விடுதலை செய்யப்பட்ட பஹாவுல்லா பாக்தாத் நகருக்கு நாடு கடத்தப்பட்டார். அங்கிருந் தும் துருக்கிக்கு நாடு கடத்தப்பட்ட அவர், இறுதியில் தற்போதைய பாலஸ்தீனத்திலேயே பெரும்பாலான நாட்களைக் கழித்தார்.

1863ஆம் ஆண்டு துருக்கிக்குச் செல்லும் வழியில் டைகிரிஸ் நதிக் கரையில் ரித்வான் என்னும் பூங்காவில் பன்னிரெண்டு நாட்கள் தங்கியிருந்தார். அப்போதுதான் முதன்முதலாகத் தன்னை இறைவனின் அவதாரம் என்று பகிரங்கமாக அறிவித்தார்.

'உலகில் இனி கடவுளின் ஆட்சியே நடக்கும்' என்றும் நம்பிக்கையோடு அழுத்தமாகத் தெரிவித்தார்.

அடுத்த சில ஆண்டுகளில் பஹாவுல்லாவின் புகழ் உலகம் முழுவதும் பரவத் தொடங்கியது. 'உலக ஒற்றுமைக்காக உழைக்குமாறும், மக்கள் தங்கள் இஷ்டம்போல் நடந்தால் அழிவும் அராஜகமுமே மிஞ்சும் என்றும் எச்சரித்தார்.

பஹாவுல்லா அவர்கள் இறுதியாக வாழ்ந்த பாஹ்ஜி மாளிகை

பஹாவுல்லா சிறைவாசம் பெற்ற அறையின் உள்தோற்றம்

நிறைய எழுதினார். போதித்தார். இவற்றை அனைத்தும் தொகுத்தால் நூறு நூல்கள் கிடைக்கும். பெரும்பாலானவை மொழியாக்கம் செய்யாமல் இருப்பதால் அவ்வாறு செய்ய முடியவில்லை.

பஹாய் சமயத்தின் புனித நூலாக 'கித்தாப் - இ - அக்தாஸ்' விளங்குகிறது.

பாலஸ்தீனத்தின் கடற்கரை நகரமான ஆக்கோ சிறையில் அடைக்கப்பட்ட பஹாவுல்லா, பின்னர் அங்குள்ள மாஸ்ராயே என்னும் இடத்தில் உள்ள ஒரு வீட்டில் தங்க வைக்கப்பட்டார். அங்கேயே தனது கடைசி காலம் வரைக் கழித்தார்.

1892ஆம் ஆண்டு மே மாதம் 29ஆம் தேதி அன்று அதிகாலை பஹாவுல்லா இறைவனடி சேர்ந்தார்.

அதன்பிறகு பஹாவுல்லாவின் விருப்பத்திற்கு இணங்க அவரது மகன் அப்துல் பஹா இச்சமயத்தின் தலைமைப் பொறுப்பை ஏற்றுக்கொண்டார்.

அமெரிக்காவின் தென் கரோலினா மாநிலத்தில் பஹாய் மதம் இரண்டாவது பெரிய மதமாக இன்றளவும் இருந்து வருகிறது.

மனித ஒற்றுமை, உண்மையை தனித்துவமாக ஆய்வு செய்தல், சமயங்கள் அனைத்தும் ஒன்றே, சமயமும், அறிவியலும் ஒன்றோடொன்று ஒத்துழைத்து இயங்க வேண்டும், ஆண் - பெண் சமத்துவம் அவசியம், துவேஷங்களை அறவே நீக்க வேண்டும், உலகளவில் கட்டாயக் கல்வி அவசியம் என்பன போன்ற சமூக நியதிகளை உள்ளடக்கியதாக பரிமளிக்கிறது பஹாய் மதம்.

இன்னும் குறிப்பாகச் சொல்வதானால் 'உலக அமைதி'யைக் கண்டிப்பாக வலியுறுத்துகிறது இம்மதம்.

●

www.ingramcontent.com/pod-product-compliance
Lightning Source LLC
LaVergne TN
LVHW060445051026
849518LV00002B/621